AF756278

வல்லமை தாராயோ?

முதற்பதிப்பு: 2023

First Edition: 2023

Vallamai Thaaraayo?

வல்லமை தாராயோ?

Pattukottai Prabakar

பட்டுக்கோட்டை பிரபாகர்

ISBN. 978-93-95166-08-9

காப்புரிமை @ ஆசிரியர்

இந்தப் புத்தகத்தின் எந்த ஒரு பகுதியையும் பதிப்பாளரின் எழுத்துபூர்வமான முன் அனுமதி பெறாமல் மறுபிரசுரம் செய்வதோ, அச்சு மற்றும் மின்னணு ஊடகங்களில் மறுபதிப்பு செய்வதோ காப்புரிமை சட்டப்படி தடை செய்யப்பட்டதாகும். புத்தக விமர்சனத்திற்கு மட்டுமே இந்தப் புத்தகத்திலிருந்து மேற்கோள் காட்ட அனுமதிக்கப்படுகிறது.

Pustaka
EBooks | Audiobooks | Paperback

Pustaka Digital Media Pvt. Ltd.
#7-002, Mantri Residency,
Bannerghatta Main Road, Bengaluru - 560 076
Karnataka, India
+91 7418555884

வெல்லமை தாராயோ?

பட்டுக்கோட்டை பிரபாகர்

Pustaka
EBooks | Audiobooks | Paperback

1

அத்தியாயம்

பூமியின் தாகம் இன்னும் தீர்ந்தபாடில்லை. அதை உணர்ந்ததாக, ராத்திரி தொடங்கிய மழை சீற்றமாக, சமாதானமாக மாறி மாறிப் பெய்து, விடிந்து வெகு நேரமாகியும் சூரியனை அனுமதிக்காமல் இப்போதும் சிலுசிலுவென்று ஈரத் துண்டை உதறின மாதிரி நீர்த்துளிகளைச் சிந்திக்கொண்டிருந்தது. எல்லார் வீட்டிலும் கடிகாரங்கள் தொலைந்து போயிருந்தால் ஏழு மணிக்கு மேல் எவரும் நம்பமாட்டார்கள். ஆனால் தொலையாமல் இருந்து மணி ஒன்பது என்று காட்டுவதால் பள்ளிக்கூடம், அலுவலகம் என்று குடை பிடித்துக்கொண்டு புறப்பட்டிருந்தார்கள்.

ஸ்கூட்டர்காரர்களில் சிலர் ரெயின் கோட் அணிந்து கடந்தார்கள். பஸ்களும், கார்களும் வைப்பர்களை ஓட்டிக்கொண்டு சாலையின் பழுப்பு நீரைப் பிளாட்பாரம் வரையிலும் சிதறடித்துக்கொண்டு சீறின. 'களக், களக்' என்று சாலையோரங்களில்

தண்ணீர் வடிந்து கொண்டிருக்க, சுவர்களில் போஸ்டர்கள் ஊறிப்போய்ப் பெயர்ந்து தலை கவிழ்ந்திருந்தன.

திருவல்லிக்கேணி. ஆறு குடித்தனங்கள் உள்ள அந்தப் பழைய வீட்டின் மாடி போர்ஷனில் வந்தனா இட்லி சாப்பிட்டுவிட்டு, தட்டைக் கழுவி வைத்து தண்ணீர் குடித்தாள். அருகே சுவரில் தேதி கிழிக்க முயல, ஓட்டின் 'இடுக்கு' வழியாகச் சுவரெல்லாம் வரிவரியாக வழிந்திருந்த நீரில் காலண்டர் நனைந்து போய் ஒட்டிக்கொண்டிருந்தது.

"வெயில் வந்ததும் காலண்டரைக் காய வெச்சுடும்மா." என்றாள்.

"இன்னிக்கு வெயில் வர்ற மாதிரி எனக்குத் தெரியலை. நேத்துத் துணிங்களே இன்னும் காயலை." என்ற அம்மா, அமர்ந்து தேங்காய் துருவிக் கொண்டிருந்தாள். ஐம்பத்தி இரண்டு வயதிற்கு ஒரு நரை கூட இல்லாத, கழுத்தில் மடிப்பில்லாத, கண்ணுக்குக் கீழ் சுருக்கங்கள் இல்லாத அம்மா. ஆனால் நெற்றியில் விபூதி மட்டும்.

"அம்மா, நீ குங்குமம் வச்சிக்க வேணாம். சாந்து வெச்சுக்க. இல்லைன்னா மையாவது வெச்சிக்க. கஷ்டமா இருக்கும்மா பார்க்க..."

அண்ணன் கோபி பலமுறை கெஞ்சியிருக்கிறான். அம்மா ஒப்புக்கொண்டதில்லை. கோபியிடம் வந்தனா வேறுவிதமாக இதைப் பேசியிருக்கிறாள்.

"எதுக்காக அம்மா பொட்டு வச்சிக்கணும்னு சொல்றேண்ணா?"

"பார்க்க நல்லால்லை வந்தனா! நெத்தி நிறையப் பொட்டு வச்சு... அப்படியே பார்த்துப் பழகிடுச்சு. அம்மாவைப் பொட்டோட பார்க்கிறப்போ எவ்வளவு மங்களகரமா இருக்கும்?"

"பேத்தாதே. எல்லாரையும் மாதிரி சென்டிமென்ட்ஸ் பேசாதே. இந்தச் சம்பிரதாயங்கள் எல்லாம் எங்க வர்க்கத்தை நசுக்கி வச்சது போதும். யோசிச்சுப் பாரு. தொண்ணூறு சதவீத சம்பிரதாயங்கள் பொம்பளைங்களுக்குத்தான். பெண்டாட்டி

செத்துட்டா ஜென்மத்துக்கும் அந்தப் புருஷன் மீசையே வைச்சுக்கக் கூடாதுன்னு ஒரு சம்பிரதாயத்தை வச்சிருக்க வேண்டியது தானே? வச்சாங்களா?"

"வைக்கலைதான்."

"ஏன் வைக்கலை? சம்பிரதாயங்களை வகுத்தவங்க ஆம்பிளைங்களா இருந்திருப்பாங்க! ஆம்பளை பல பெண்டாட்டிங்க வெச்சுக்கலாம். அதுமட்டுமில்லை... பொம்பளையைப் பொருளா விலை பேசி வித்திருக்கானுங்க. வாங்கியிருக்கானுங்க... என்ன திமிர் இருந்தாப் பெண்டாட்டியைச் சூதாட்டத்தில் பணயமா வைச்சிருப்பான்? அந்தக் கதையை ஞாயித்துக்கிழமை ஞாயித்துக்கிழமை சூடம் காட்டாத குறையா உக்காந்து பார்க்கிறோம். என்னைப் பொறுத்தவரைக்கும் ஒரு பொண்ணு பொட்டு வச்சுக்கிறதோ, வச்சுக்காததோ பெரிய விஷயம் இல்லை. அதில் மங்களமும் இல்லை. அமங்களமும் இல்லை. இவ பொண்ணுன்னு அடையாளம் காட்டற ஒரு லேபில். அவ்வளவுதான். என் பாய்ன்ட் வேறே. நீலகண்டனுக்காக அம்மா பொட்டைத் துறந்ததுதான் எனக்குப் பிடிக்கலை."

"வந்தனா! நம்ம அப்பான்னு சொல்ல மாட்டியா? அதென்ன பேர் சொல்லிக்கிட்டு?"

"ஆளைக் குறிப்பிடறதுக்குத்தானே பேரு? அப்பான்ற வார்த்தைக்கெல்லாம் தகுதியில்லாதவர் அந்த ஆளு."

"என்ன இருந்தாலும் நம்ம அப்பா வந்தனா!"

"மன்னிக்கிற ஆத்மா மகாத்மான்னா நீ, அம்மா, சூர்யா எல்லாரும் மகாத்மாக்களாகவே இருங்கப்பா. நான் சாதாரண ஆத்மாவாகவே இருந்துடறேன்."

"செத்ததுக்குப் பிறகு ஒருத்தர் தெய்வமாகிடறார் வந்தனா!..."

"என்னைச் சீண்டாதே. அப்படின்னா எத்தனை கோடி தெய்வங்கள்!"

கோபி ஓர் இரண்டுங்கெட்டான். தங்கையோடு பேசிக் கொண்டிருக்கும்போது அவள் சொல்வதும் நியாயமாகவேபடும்.

ஆமோதித்து வைப்பான். அம்மாவிடம் பேசிக் கொண்டிருக்கும்போது அவள் சொல்வதும் நியாயமாகவே படும். தலையசைப்பான். இரவில் அறையில் ‘இதோ பாருங்க’ என்று ஆரம்பித்துப் பானுமதி சொல்வது புதிய நியாயமாகப்படும். அங்கேயும் தலையசைத்து வைத்து விடுவான். ஆனால் வாதம் செய்வது தங்கையிடம் மட்டுமே.

யார் சொல்லியும், எப்படிச் சொல்லியும் அம்மா விபூதி தவிர. வேறெதும் வைத்துக் கொள்வதாக இல்லை.

“அண்ணி எங்கே காணோம்? நீ சாப்பிட்டியாம்மா?” என்றாள் வந்தனா.

“இதை முடிச்சுட்டுச் சாப்பிடறேன். திவ்யாவைத் தூக்கிட்டுப் போனா பானு.”

ஹாலின் ஒரு கதவைத் திறந்தால் உடனே மொட்டை மாடி. அங்கே குழந்தையை இடுப்பில் வைத்துக்கொண்டு பானுமதி, “சனியனே! உயிரை வாங்கறியே! இப்ப சாப்பிடப் போறியா இல்லையா?” என்று அதட்டி அதன் வாயில் திணிக்க, குழந்தை மிரண்டு துப்பியது.

“ஏற்கெனவே திவ்யாவுக்கு ப்ரைமரி காம்ப்ளெக்ஸ். அண்ணியை உள்ளே வந்து போடச் சொல்லும்மா.”

“ஏன், அதை நீதான் சொல்லேன்.”

“அனாவசியத்துக்கு வார்த்தை வரும். பெத்தவங்களுக்குத் தெரியும்னு பளிச்சுன்னு சொல்வாங்க. காலையிலேயே வாங்கிக்கணுமா, நான்?”

வந்தனா காப்பி கலந்து, தம்ளரில் எடுத்துக்கொண்டு சமையலறையை விட்டு எதிரே இருந்த அறையை நோக்கி வர அதன் இரட்டைக் கதவுகளைத் திறந்து சூர்யா தாவணியைச் சரி செய்து கொண்டே வந்தாள்.

“அக்கா, போய்ட்டு வர்றேன்.”

“இன்னும் புறப்படலையா நீ? ஸ்கூட்டர்ல உன்னைக் காலேஜிலே இறக்கி விட்டுட்டுப் போறேன்னு அண்ணன் சொன்ன மாதிரி கேட்டுச்சே?”

“நான் அப்பத்தான் குளிச்சுட்டு வந்தேன். அண்ணன் தயாராப் புறப்படற தோதுல இருந்துச்சி. ‘எனக்கு லேட்டாகும், நீ போ’ன்னு சொல்லிட்டேன். குடை எடுத்துட்டுப் போறேன். உனக்கு வேணாமே?”

“வேணாம் பாவாடையைக் கொஞ்சம் ஏத்தி விட்டுக்கோ, தரை கூட்டுது.”

வந்தனா அந்த அறைக்குள் வந்தாள்.

மாட்டியிருந்த கண்ணாடியில் முகம் பார்க்க வெளிச்சம் போதவில்லை. கழற்றி எடுத்து ஜன்னலருகே திரை நகர்த்திப் பார்த்துக்கொண்டாள்.

எண்ணெய் இறங்கிய கல்தோடாக, மிகவும் மங்கலாக இருந்தது ஆகாயம். ஒரு பறவையையும் காணோம். பந்த் தினக் கடைவீதி போல, மரங்கள் அசங்காமல் வெறிச்சென்றிருந்தன. பக்கத்து வீட்டின் ஓட்டுச் சரிவு. குப்பை கழுவப்பட்டுப் ‘பளிச்’ சென்றிருந்தன. அருகே மின்சாரக் கம்பிகளில் பத்து மாலை கட்டிவிட்டது போல நீர்த்திரள். பத்துக் கட்டடம் தள்ளி, ஹோட்டலின் சமையலறையில் இருந்து கிளம்பி, புகைபோக்கி வழியாகப் பரவிய புகையில் சாம்பார் மணம் இருந்தது.

வந்தனா காப்பியைப் பருகிவிட்டு, சில்லென்ற உள்ளங்கைகளைக் கன்னங்களில் பொத்திக் கொண்டாள். ஒரு நாற்காலியை ஜன்னலருகே இழுத்துப் போட்டு, சிலிர்க்க வைக்கும் ஈரத் தென்றலில் பட்டுக்கொண்டு, எழுநூறு பக்க நாவலைப் படித்துக்கொண்டேயிருக்கலாம் போல ஆசையாக இருந்தது.

இன்றைக்கு ஆபீஸ் போகத்தான் வேண்டுமா என்று திடீரென்று அலுப்பாக வந்தது. மந்தமான, குளிர்ச்சாரல் வீசும் ஒரு மழைக்காலக் காலையில், வீட்டை விட்டு வெளியே புறப்படுவது என்பது அவஸ்தை. உற்சாகமில்லாத விஷயம். அய்யோ,

இன்றைக்கு ஞாயிறாய் இருக்கக் கூடாதா, என்று ஏங்கும் பள்ளிச் சிறுவனின் மனநிலை, தவிர்க்க முடியாமல் வந்து விடுகிறது.

“வந்தனா! நீ இன்னும் புறப்படலை? உனக்கு நேரமாகலை?”

“இதோம்மா.”

வந்தனா காப்பி தம்ளரைக் கழுவிக் கவிழ்த்து வைத்துவிட்டு, கைப்பையைத் தோளில் மாட்டி சாப்பிட்டுக் கொண்டிருந்த அம்மாவுக்கு ஜக்கில் இருந்து தம்ளரில் தண்ணீர் சரித்துவிட்டு, “நான் புறப்படறேன்” என்றாள்.

“மத்தியானம் வந்துடுவே தானே? இன்னிக்கு ரேடியோ ஸ்டேஷன்லே ப்ரோக்ராம் எதுவும் இருக்கா?”

“திடீர்னு போன் செஞ்சு கூப்பிட்டாலும் கூப்பிடுவாங்க. அநேகமா இருக்காது. அப்படி இருந்தாலும் வீட்டுக்கு வந்து சாப்பிட்டுத்தான். போவேன். எப்பப் போட்டாலும் மூணு மணிக்கு மேலேதான் எனக்கு டைம் போடணும்னு சொல்லியாச்சு. அண்ணி சாப்பிட்டாச்சா?”

“இன்னும் இல்லை. ரெண்டு தடவை சொல்லிட்டேன். திவ்யாவைத் தூங்க வச்சிட்டு வர்றேன்னா. குடை எடுத்துட்டுப் போம்மா.”

“ஒண்ணு ரிப்பேர். ஒண்ணு சூர்யா எடுத்துட்டுப் போயிருக்கா.”

“அண்ணிகிட்டே ஒண்ணு இருக்கே, கேளேன்.”

“நான் கேக்கறதா இல்லை...”

“வந்தனா! அவ புரியாதவளா நடந்துக்கிறான்னா, நீ புரிஞ்சவளா நடந்துக்கோயேன். அனுசரிச்சுப் போனா என்ன குறைஞ்சிடும்? விலகி விலகி அவகிட்டே மூணாவது மனுஷி மாதிரி நடந்துக்கறே. இப்ப அவளைக் கேளு. கொடுக்க மாட்டேன்னு சொல்லப் போறாளா? இதில எதுக்கு வீணா கௌரவம் பார்க்கணும்?”

“அம்மா, உனக்குப் புரியாது. தரமாட்டேன்னு சொல்ல மாட்டாங்க. ஆனா... இரு. அவங்ககிட்டே குடை கேக்கறேன். பதிலைக் கவனி.”

வந்தனா தன் அறைக்கு எதிரே இருந்த அண்ணனின் அறைக்கு வந்தாள். திவ்யாவைத் தூளியில் போட்டு இப்படியும் அப்படியுமாக வேகமாக ஆட்டிக் கொண்டே பானுமதி, "சனியனே! இப்ப தூங்கப் போறியா, ஒண்ணு வைக்கட்டுமா? அஞ்சு மணிக்கு எந்திரிச்சி வெந்நீர் போட்டேன், பச்சைத் தண்ணி குடிக்கலை இன்னும். உன்னோட பெரியபாடா இருக்கு, தினம்." என்றாள்.

ஒண்ணேகால் வயது திவ்யாவுக்கு என்ன புரியும் என்று வந்தனாவுக்குப் புரியவில்லை, "அண்ணி, நான் ஆட்டறேன். நீங்க போய்ச் சாப்பிடுங்க."

"வேணாம்மா. உனக்கு நேரமாச்சு. நீ போ. பத்து மணிக்கு முன்னாடி இந்த வீட்ல நான் டிபன் சாப்பிட முடியாது. இது தெரிஞ்ச கதை. இப்ப தூங்கிப் போறியா இல்லையாடி கழுதை?"

"குழந்தையை ஏன் திட்டறீங்க? எனக்கு டைம் இருக்கு. இங்கே இருக்கிற ஆபீஸ். அஞ்சு நிமிஷ நடை. மழை நேரம். பத்து நிமிஷம் லேட்டாப் போனாக்கூட குப்தா ஒண்ணும் சொல்ல மாட்டார். நீங்க போய்ச் சாப்பிடுங்க. இட்லி ஆறிடும்."

"தினமுமே நான் சுடச்சுடத்தான் சாப்பிட்டுக்கிட்டிருக்கேனாக்கும். வந்தனா! நீ போ. இவ நான் ஆட்டினாத்தான் தூங்குவா."

"அப்படின்னாச் சரி. உங்க குடையைத் தர்றீங்களா?"

"காலைல அத்தை மார்க்கெட்டுக்குப் போய்ட்டு வந்து விரிச்சி வச்சிருந்தாங்களே, பெரிய குடையை. அது எங்கே போச்சு?"

"அதை சூர்யா எடுத்துக்கிட்டுப் போயிருக்கா."

"பஸ்சுல போறவளுக்குக் குடை எதுக்கு? பச்சைக் கைப்பிடி வச்சு இன்னொண்ணு இருக்குமே, நம்ம வீட்டிலே?"

"அதை ரிப்பேர் செய்யணும்." பானுமதி மெத்தைக்கு அடியில் இருந்து சாவி எடுத்துக் கண்ணாடி பொருத்திய இரும்பு பீரோவைச் சத்தமாகத் திறந்து, அந்த வெளிநாட்டுக் குடையை எடுத்தாள்.

“நானா தினம் வீட்டைவிட்டு வெளியே போறேன். மூணு பேர் போறீங்க. சும்மா இருக்கிறப்போ அதை ரிப்பேர் செஞ்சி வச்சிருக்கணும்னு தோணுதா யாருக்காச்சும்?” என்றவள், ஜன்னல் வழியாகப் பார்த்து, “மழைதான் இல்லை போலிருக்கே...” என்று சொல்லிக்கொண்டே குடையை நீட்டினாள்.

“அட, ஆமாம். கவனிக்கலை நான். மழை இல்லைன்னா எதுக்குக் குடை? உள்ளே வச்சிப் பூட்டிடுங்க அண்ணி!” என்ற வந்தனா நகர்ந்து திரும்பி, அம்மாவைப் பார்க்க, அம்மா தன் காரியத்தில் தீவிரமாக ஈடுபட்டிருப்பவளைப் போல பாவனை காட்ட, புன்னகை செய்து கொண்டு, மாடிப்படிகளை நோக்கிச் சென்றாள்.

“வந்தனா! நில்லு” என்று அம்மா நீளமான பூச்சரத்தோடு வந்து, “காலைல மார்க்கெட் போனப்ப வாங்கினேன். திரும்பு, வச்சு விடறேன்.” என்றாள்.

“வேணாம்மா. நான் வர்றேன்.”

“எதை வேணாம்னு சொல்றது? திரும்புடின்னா...” கூந்தலில் இழை பிரித்து நுழைத்துச் சரிசமமாகத் தொங்கவிட்டு, “இப்பப்பாரு, மகாலக்ஷ்மியாட்டம் இருக்கே. போய்ட்டு வா.” என்றாள் அம்மா.

வந்தனா இறங்கி வந்து, சேலையைச் சற்றே தூக்கிப்பிடித்து நடந்து, அண்ணா சிலையருகே சுரங்கப்பாதைக்கான படிகளில் இறங்கினாள். சொதசொதவென்று ஏராளமான ஈரச் செருப்புப் பதிவுகளிருக்க, நிதானமாக நடந்தாள். அந்தக் குப்பைத் தொட்டியருகில் நின்றாள். கூந்தல் பிசிறாமல் அம்மா வைத்துவிட்ட பூச்சரத்தை எடுத்து, போகிறபோக்கில் அதைக் குப்பைத் தொட்டியில் வீசிவிட்டு, மறுமுனையில் படிகள் ஏறினாள். இந்தப் பழக்கம் வந்தனாவுக்கு ஏற்பட்டது என்றைக்கு?

———

2

அத்தியாயம்

என்றைக்கெல்லாம் அம்மா பூ வைத்துக்கொள்ளச் சொல்கிறாளோ, கூடிய வரை தவிர்த்து விடுவாள் வந்தனா! மீறி எப்போதாவது அம்மாவே பிடிவாதமாக வைத்துவிடும் போது, அப்போதெல்லாம் இப்படித்தான் வழக்கமாகச் செய்கிறாள்.

இது அண்ணன் கோபிக்கு மட்டும் தெரியும். சொல்லியிருக்கிறாள். புரிந்துகொண்டிருக்கிறான். அம்மாவிடம் வாதம் செய்ய முடியாது; செய்வதில் பிரயோஜனமில்லை. பிறவியிலேயே பார்வையற்றவனுக்கு நிறம் என்றால் என்ன என்று, எத்தனை மணி நேரம் விளக்கினாலும் புரியாது. அப்படித்தான் அம்மாவும் புரிந்துகொள்ள மாட்டாள். அல்லது புரிந்துகொள்ள மறுப்பாள். ஆனால் அம்மா புரிந்து கொள்ளவில்லையே என்று கோபப்படுவதில் அர்த்தமே இல்லை. அவள் வேறு தலைமுறை! அவளுக்கு வேறு வளர்ப்பு முறை.

பூ வைத்து விட்டு என்ன சொன்னாள்?

'மகாலக்ஷ்மி மாதிரி இருக்கே...'

மகாலக்ஷ்மியை யாரும் உற்றுப்பார்ப்பதில்லை. மனித லக்ஷ்மியை உரசியே பார்ப்பார்கள்.

தலைக்குப் பூ வைத்துக்கொள்வது அலங்காரம். ஆனால் எனக்கு அது ஒரு வகையில் அபத்தம். என் தலையில் பூ, நான் பார்க்கவா? யார் யாரோ பார்த்து ரசிப்பதற்கு நான் செலவழித்து வைத்துக் கொள்ளவேண்டுமா?

பூ - பார்க்க வைக்கிற சமாசாரம். 'என்னைத் திரும்பிப் பார்' என்று ஓர் அழைப்பிதழைச் சுமந்து கொண்டு, நான் ஏன் நடக்க வேண்டும்?

பூ - அழகான விஷயம். மென்மையான விஷயம். அதை வைத்துக்கொள்ளும் பெண்ணும் அழகானவளாம். மென்மையானவளாம். அழகே அழகு சூட்டிக்கொள்கிறதாம். கைதட்டலுக்காகப் பாடின கவிஞர்கள் நெஞ்சைத் தொட்டுச் சொல்லட்டும். ஒப்பிட இன்னும் விஷயங்கள் இல்லையா?

பூ - நிரந்தரமில்லாதது. தற்காலிக மலர்ச்சி. பிறகு வாடல். பெண்ணே நீயும் அப்படித்தான். உன் மலர்ச்சியும் தற்காலிகமானதுதான். உபயோகம் முடிந்ததும் வாடின பூ சாக்கடையில், பெண்ணே! உன்னையும் உபயோகம் முடிந்ததும் அப்படித்தான் வீசுகிறோம். இப்படி விட்டுப் போனவற்றை, யார் பாடுவதாம்?

"எனக்குப் பங்களா வேணாம். கார் வேணாம். நகை வேணாம். புடைவை வேணாம். புருஷன் கையால ஒரு முழப் பூ போதும்."

சினிமா வசனத்திற்குக் கண்ணீர் சொட்ட உட்கார்ந்திருக்கும் கூட்டத்திற்கு, 'அதென்ன புருஷன் கையால?' என்று யோசிக்கத் தோன்றியிருக்கிறதா?

அன்பின் அடையாளமா, இல்லை காரியத்திற்கான கையூட்டலா? அதென்ன புருஷன் கையால? என்னத்துக்காக இந்தக் கிறுக்குப் பிடித்த சென்ட்டிமெண்ட்? ஒன்றுமில்லாததையெல்லாம்

பெரிதுபடுத்திவிட்டார்கள். பெரும்பாலும் யாருமே கேள்வி கேட்பதில்லை. கேட்பதிருக்கட்டும், கேள்வியை யோசிப்பதேயில்லை.

ஒற்றை விரலில் ட்வைன் நூலை நெருக்கமாகச் சுற்றிச்சுற்றி வர, ஒரு கட்டத்தில் விரல் மரத்துப் போய்விடும். பிறகு ஒவ்வொரு சுற்றாகப் பிரிக்க பிரிக்க, கொஞ்சம் கொஞ்சமாய் உணர்வு வரும். அப்படி பெண்ணைச் சுற்றின சம்பிரதாயங்கள் ஒரு கட்டத்தில் ரத்த ஓட்டத்தையே நிறுத்தியிருக்கிறது.

உடன்கட்டை ஏறும் சதி தடை செய்யப்பட்டபோது, ஒரு சுற்று பிரிக்கப்பட்டது. பால்ய விவாகம் தடை செய்யப்பட்ட போது, மற்றொரு சுற்று. விதவைகளைத் தலையை மழித்து, கட்டாயத் துறவறத்திற்குத் தள்ளின வழக்கு மாறி, விதவைத் திருமணங்கள் ஆதரிக்கப்பட்ட போது, இன்னொரு சுற்று. வேலை வாய்ப்பு, பொருளாதார உரிமை என்று சுற்றுகள் பிரிக்கப்பட்டுக் கொண்டேயிருந்தாலும், இன்னும் பெண் என்னும் விரலுக்கு, முழு உணர்வு திரும்பவில்லை என்பதே நிஜம். இன்னும் பிரிக்க வேண்டிய சுற்றுகள் பாக்கியிருக்கின்றன.

இதையெல்லாம் அம்மாவிடம் பேச முடியாது.

வந்தனா சிந்தனையோட்டத்தைத் தடை செய்துவிட்டு, சுரங்கப் பாதையின் மறுமுனையில், படிகளேறியதுமே, எதிரே இருந்த பெரிய பல மாடி காம்ப்ளக்ஸ் கட்டடத்தை நோக்கி நடந்தாள்.

அதில் செருப்புக் கடை திறந்து, லெதர் மணந்தது. ரெடிமெட் கடை திறந்து, ஹாங்கர்களில் கவுன் மாட்டித் தொங்க விட்டுக் கொண்டிருந்தார்கள். ஷோ கேஸ் பொம்மைப் பையன், உடை மாறியிருந்தான். கட்டடத்தின் உள்ளே, மாடிப் படிகளை அடையுமுன், ஓர் ஆடியோ கேஸட் ரெக்கார்டிங் சென்ட்டரில், சித்ராவும் மனோவும் காதல் பாடிக் கொண்டிருந்தார்கள். ஒரு டைப்ரைட்டர் கம்பெனியின் சர்வீஸ் சென்ட்டரில், ஊதுபத்தி கொளுத்தி நாணயங்கள் கொட்டும் லக்ஷ்மி படத்தின் மூலையில் செருகியிருந்தார்கள்.

படிகள் ஏறினாள். வளைவு திரும்புமுன் உள்ள, பெரிய சுவரில், ஒவ்வொரு மாடியிலும் உள்ள நிறுவனங்கள், தங்கள்

பெயர்களை எழுதி, 'செல்லும் வழி' என்று அம்புக் குறி போட்டு, கலர் கலராய் எழுதியிருந்தார்கள்.

முதல் மாடியில், அந்தச் சினிமா டிஸ்ட்ரிபியூஷன் கம்பெனியின் அலுவலகத்தைக் கடந்தபோது, கழுத்து மூடிய பனியன் அணிந்த அந்த இளைஞன், அவளுக்காகவே காத்திருப்பதும் கீழுதட்டை ஈரப்படுத்திக் கொள்வதும் ஓரக் கண்களால் பார்க்க முடிந்தது. "ஹலோ." என்றான் அவன்.

வந்தனா பதிலுக்குப் புன்னகை மட்டும் தந்துவிட்டுக் கடந்தாள். ஒருமுறை அவசியமன்றி எதிர்ப்பட்டு, 'டைம் என்ன?' என்று கேட்டு வழிந்தாயிற்று. இன்னொரு முறை 'ஏன் நடந்தே வர்றீங்க, வீடு பக்கத்தில்தானா?' என்று விசாரித்தாயிற்று. அடுத்த கட்டமாக ஏதாவது ஒரு நாள் அவன் எதையாவது கிறுக்கி, மடித்து, நடுங்கும் விரல்களால் நீட்டத்தான் போகிறான். அன்றைக்கு இருக்கிறது கச்சேரி.

முதல் மாடியின் கடைசியில், ஒரு பெரிய ஹால் முழுக்க அடைத்துக் கொண்டிருந்தது 'குப்தா சர்ஜிகல் எக்யுப்மெண்ட்ஸ்', வந்தனா பார்ட் டைமாக வேலை பார்க்கும் இடம். நியாயமாக, அது கடைதான். பிரம்மாண்டமான கடை. பதினெட்டு ஊழியர்கள். கண்ணாடி போட்ட ஷோ கேஸ்கள். பல் டாக்டர் நம்மை உட்கார வைக்கிற ஸ்பெஷல் நாற்காலி முதல், ஊசி போடும் நீடில் வரை, மருத்துவத்துறைக்குத் தேவையான அத்தனை உபகரணங்களும் உண்டு. ஆபரேஷன் தியேட்டரில் இருக்க வேண்டிய கருவிகள், கையுறைகள், நரம்புகள் செயற்கைக் கால், ஆக்ஸிஜன் சிலிண்டர், இன்னும் எத்தனையோ கருவிகள்.

அது மோகன் குப்தாவின் தனி நிறுவனம். அவன் கொள்ளுத் தாத்தா ஆந்திராவிலிருந்து இங்கே வந்து, வட்டிக் கடை வைத்து, முன்னேறிச் செழித்து, அடுத்த தலைமுறைகளில் தொழில்கள் மாறி, மோகன் குப்தா பார்மஸிஸ்ட் கோர்ஸ் படித்து, முதலில் மருந்துக் கடை வைத்து, பிறகு விரிவாக இதில் இறங்கி, இன்று பெரிய பெரிய ஆஸ்பத்திரிகளுக்குக் காண்ட்ராக்ட் எடுத்து சப்ளை செய்கிறான்.

அவனுக்குக் கடையில் நடக்கும் வியாபாரம் என்பது, ஒரு கொசுறு. ஒரு நாளைக்குப் பத்து பேருக்கு மேல் வர மாட்டார்கள். ரெப்ரசன்டேட்டிவ்ஸ் இரண்டு பேர் துடியாய்ச் சுழல்வார்கள். தமிழ்நாடு, கேரளா, ஆந்திரா என்று திரிந்து, ஆர்டர்களாகக் கொண்டு வந்து கொட்ட, இங்கே சதா பேக்கிங் நடந்து கொண்டேயிருக்கும். ஒரு வகையில் இது கடை; ஒரு வகையில் இது கோடவ்ன்.

இதில் கணக்கெழுதி, லெட்ஜரில் போஸ்ட்டிங்ஸ் செய்து, ஆர்டர் டைப் செய்து, இன்வாய்ஸ் போட்டு, பேக்கிங் ஸ்லிப் எழுதி, கஸ்டமர்களுக்குத் தபால் டைப் செய்து... இது போன்ற அலுவலக வேலைகளை மட்டும். காலை ஒன்பது முதல் மதியம் ஒன்று வரை, பார்ட் டைமாகப் பார்த்துக் கொடுத்தல், வந்தனாவின் வேலை. ஐந்நூறு ரூபாய் சம்பளம்.

வந்தனா கடைக்குள் நுழைந்தபோது. மோகன் குப்தா சேர் கொள்ளாமல் சகல பக்கங்களிலும் பிதுங்கி அமர்ந்துகொண்டு, தன் ஒன்றுவிட்ட சித்தப்பாவோ பெரியப்பாவோ... ஒருத்தரை, காஷியர் – கம் – மேனேஜராக நியமித்திருந்தான் அவரைச் சத்தம் போட்டுக் கொண்டிருந்தான்.

“வயசு ஏறிப் போயி. புத்தி கொஞ்சமாச்சும் லேது. ஆனந்தா மெடிக்கல்சுக்கும் ஆனந்தி மெடிக்கல்சுக்கும் வித்தியாசம் தெரியதா மீகு? ஏல என் பிராணனை வாங்கறீங்க பெத்த நாய்னா? வாடுதிக்கிற ரூபாய் வாங்கிட்டு வரச் சொன்னா வீடுதிக்கிற போய்க் கேட்டிருக்கீங்களே. அப்புறம் சண்டைக்கு வராம ஏமி சேஸ்த்துடு?”

மோகன் குப்தாவுக்குத் தெலுங்கு கலக்காமல் தமிழ் பேச வராது. ஆங்கிலம் என்றால் இழுத்த இழுப்புக்கு வரும். சதா பீடாவை மென்றுமென்று பல்குத்திக்கொண்டே போனில் யாரோடாவது பேசிக் கொண்டேயிருப்பான். சினிமா என்றால் பைத்தியம். ஓர் ஆங்கிலப் படம் விடமாட்டான். நூற்று நாற்பது ரூபாய்க்கு, பிளாக்கில் டிக்கெட் வாங்க அஞ்சவே மாட்டான். நியூஸ் பேப்பரில் அவன் எந்தத் தியேட்டரில் என்ன படம்

என்று பார்ப்பதைத் தவிர, மற்ற எதையும் முழுவதுமாகப் படிக்க மாட்டான். அவனுக்கு இரண்டு குழந்தைகள். குண்டு குண்டாய் அவனை மாதிரியே சிவப்பாக இருக்கும். அவர்கள் கடைக்கு வந்துவிட்டால், தன் பெத்த நாய்னாவைக் காரில் அனுப்பி ஐஸ்கிரீம் வாங்கி வரச் சொல்லுவான்.

“குட் மார்னிங் சார்” என்றாள் வந்தனா.

“ராம்மா” என்று உடனே முகத்தில் கோபம் தணிந்து, “நீகு ஒரு போன் ஒச்சிந்தே. நம்பர் குறிச்சேன்.” துண்டுச் சீட்டை அவளிடம் நீட்டிவிட்டு கிர்ர்ரீச் என்று தன் சுழல் நாற்காலியில் திரும்பி, “பெத்த நாய்னா! போய் வேலையைப் பாருங்க. உங்களை வேலைக்கு வச்சிருக்கிறது என் தல்ராத்தலு.” என்றான். பெத்த நாய்னா தன் நரைத்த மீசைக்குள் சிரித்து விட்டு நகர்ந்தார். அவர் என்றைக்கும் கோபமடைந்ததேயில்லை.

வந்தனா தன் கண்ணாடி பரப்பின மேஜையில் அமர்ந்து, டிராயரில் கைப்பையை வைத்தாள். அந்த நம்பரைப் பார்த்ததுமே தெரிந்தது.

அழைத்தது கோபி. தேனாம்பேட்டையில் தன் அலுவலகத்திலிருந்து அழைத்திருக்கிறான். எதற்காக அழைப்பு என்பதும் அவளுக்குத் தெரியும். “சார்! ஒரு போன் செஞ்சுக்கறேன்.”

“லோக்கல் காலுக்கெல்லாம் ஒவ்வொரு தடவையும் நா பர்மிஷன் அடகொத்தம்மா. சேசுகோ. அன்னிக்கு வந்தான் சேல்ஸ்டாக்ஸ் ஆபீசர். எஸ். டி. டி. ல டெல்லியிலே இருக்கிற கொழுந்தியாகிட்டே பதிநிமிஷாலு மாட்லாடுத்தாடு தொங்க கொடுகு! யார் வீட்டு துட்டு?”

வந்தனா புன்னகை செய்து, ரிசீவரில், “மிஸ்டர் கோபாலகிருஷ்ணன் ப்ளீஸ்...” என்று காத்திருந்து, “என்ன கோபி, கூப்பிட்டியாமே?” என்றாள்.

“ஆமாம். வந்து... நேத்து டென்ஷன் தாங்காம கொட்டிட்டேன். ஆனா நான் உன்னைச் சொல்லலை வந்தனா! பானுவுக்குப்

படட்டும்னு நினைச்சித்தான் சொன்னேன். உன்னை ஹர்ட் பண்ணிடுச்சுன்னு நினைக்கிறேன். ஏன் காலைல பேசவே இல்லை எங்கிட்டே? எனக்குச் சங்கடமாப் போச்சு. அதான் கேட்டுடலாம்னு கூப்பிட்டேன். கோபமா இருக்கியா நீ?"

"சேச்சே என்னண்ணா இது, உன் மேல என்னிக்காச்சும் நான் கோபப்பட்டிருக்கேனா? நான் எதையும் தப்பா எடுத்துக்கலைப்பா. நீ அண்ணிக்காகத்தான் சொன்னேன்னு கூடப் புரிஞ்சுக்காமயா இருக்கேன் நான்?"

"இப்பத்தான் நிம்மதியா இருக்கு. இன்னிக்கு ஏ. ஐ. ஆர். ப்ரோக்ராம் இல்லைன்னாச் சொல்லு, எல்லாருமா ஈவினிங் எதாச்சும் பிக்சர் போலாம்."

"ப்ரோக்ராம் எதுவும் இல்லை. ஆனா அரவிந்தன்னு ஒரு தொழிலதிபர்கிட்டே ஒரு பேட்டிக்காக அப்பாயிண்ட்மெண்ட் கேட்டிருக்கேன். இன்னைக்கு போன் செஞ்சு சொல்றேன்னார். ஈவினிங் வரச் சொல்லிட்டா, நான் வர முடியாது. அந்த போன் வந்ததும், நான் மறுபடி உன்னைக் கூப்பிட்டு உறுதியாகச் சொல்றேனே..."

வைத்துவிட்டுத் தன் வேலைகளில் ஆழ்ந்த வந்தனா - ஆல் இந்தியா ரேடியோவில் பகுதி நேர அறிவிப்பாளராக, நிகழ்ச்சித் தொகுப்பாளராகச் செயல்படுவதுண்டு. 'உங்களுக்கு அன்பான மாலை வணக்கங்களைச் சொல்லி நிகழ்ச்சியைத் தொடங்குவது வந்தனா' எனும் அவளின் குரல், ரேடியோ கேட்கிற வழக்கமுள்ளவர்களுக்குப் பரிச்சயமான ஒன்று. பாடல்களை ஒலிபரப்புவதற்கு முன்பாக ஒரு சில வரிகளில் அவள் சொல்லும் கமெண்ட்களை ரசித்து, நிறையக் கடிதங்கள் எழுதியிருக்கிறார்கள். திரைகானம், திரைப்படப் பாடல்கள் பகுதிகளில் பாரதியாரின் பாடல் ஒன்றைக் கண்டிப்பாக ஒலிபரப்பி விடுவாள்.

தவிர பேட்டிகள், சிறு நாடகங்கள், உரையாடல்கள் என்று அமைப்பதும் உண்டு. இவள் ஆசையாய்த் தயாரித்து எடுத்துச் செல்லும் சில ப்ரோக்ராம்கள், வானொலிக்கென்று உள்ள சட்ட,

திட்டங்கள் காரணமாகத் தேர்வாகாதபோது மட்டும், சற்று ஏமாற்றமாக இருக்கும். மற்றபடி இது வந்தனாவுக்கு மிகவும் பிடித்தமான உற்சாகமான, ஈடுபாடு காட்டும் விஷயம்.

டெலிபோன் ஒலித்து, மோகன் குப்தா எடுத்து, "போன் நீகும்மா." என்றான்.

வாங்கிக்கொண்டு, "ஹலோ, வந்தனா ஹியர்." என்றாள்.

"நான் அரவிந்த் பேசறேன், குட்மார்னிங் வந்தனா!"

"குட்மார்னிங் சார்."

"டைம் கேட்டிருந்தீங்க. இன்னிக்கு ஈவினிங் நாலு மணிக்கு நான் ஃப்ரீ. உங்களுக்குச் சௌகரியப்படுமா?"

"நோ ப்ராப்ளம் சார். நாலு மணிக்கு நான் வர்றேன். உங்க வீட்டுக்குத்தானே?"

"இல்லை, என் ஆஃபீஸ் தெரியுமில்லே உங்களுக்கு?"

"தெரியும் சார். வர்றேன். தேங்க்ஸ்." என்றாள்.

மறுமுனையில் ரிசீவரை வைத்த அரவிந்த், திரும்பி மேஜை மேல் சாய்ந்து, அமர்ந்து, தன் சிகரெட்டைப் பற்ற வைத்துக் கொண்ட நண்பன் கிருஷ்ணனைப் பார்த்தான். "கேட்டியில்லே? ஸோ, இன்னிக்கு அஞ்சு மணிக்கு முன்னால நான் உன்னோட வர முடியாதுடா." என்றான்.

"வந்தனா!" என்றான் கிருஷ்ணன். "ரேடியோவில பல தடவை கேட்டிருக்கேன். குரல் ரொம்ப ஸ்வீட்டா இருக்கும். பார்த்துடுவமே ஆளும் ஸ்வீட்டா இருக்காளான்னு. பேட்டி எடுக்கறப்போ நானும் கூட இங்கே இருக்க வேணாம்?"

——

3

அத்தியாயம்

“வேணாம்” என்றான் அரவிந்த்.

“என்ன வேணாம்?” என்றான் கிருஷ்ணன்.

“ஈவினிங் பேட்டி கொடுக்கறப்போ நீ இங்கே இருக்க வேணாம். எதாச்சும் வால்தனம் பண்ணுவே நீ, எசகுபிசகா கேட்பே. வர்றவங்க என்னைத் தப்பா நினைச்சுக்குவாங்க.”

“இல்லைப்பா. வம்பு பண்ணாம இந்த ஜன்னல் அருகே அமைதியா உக்காந்திருக்கேன். வந்தனா குரல் கேட்டிருக்கேன். அதை வச்சி ஃபிகரை ஒரு மாதிரி யூகிச்சு வச்சிருக்கேன். என் யூகம் கரெக்ட்டான்னு பார்க்கணும்னு ஒரு க்யூரியாசிடி.” என்ற கிருஷ்ணன் சிகரெட் சாம்பலை ஆஷ்ட்ரேயில் தட்டினான்.

“ஏமாந்துடப் போறே கிருஷ்ணா! டெலிபோன் எக்ஸ்சேஞ்ச்ல வேலை பார்த்தான் ஒரு ஃபிரண்டு. இன்னொரு எக்ஸ்சேஞ்ச்ல வேலை பார்க்கற பொண்ணோட குரல்லயே மயங்கிப் போய்...

என்ன ஆச்சுன்னா லவ் பண்ணவே ஆரம்பிச்சுட்டான். ரொம்ப நாள் போன்லயே லவ் பண்ணி, கல்யாண தேதி எல்லாம் முடிவு பண்ணி நேர்ல சந்திச்சா, இவனுக்குச் சப்புன்னு போயிடுச்சு. குரலை வச்சு இவன் ஒரு மாதிரி கற்பனை பண்ணி வச்சிருந்திருக்கான். ஆனா பின்வாங்காம கல்யாணம் பண்ணிக்கிட்டான். அந்த மாதிரி அந்த வந்தனா கொண்டை போட்டுக்கிட்டு, கண்ணாடி போட்டுக்கிட்டு, குண்டா, வெத்தலை மென்னுக்கிட்டே வந்து எங்கே துப்பறதுன்னு கேக்கப் போறாங்க பாரு..."

சிரித்த அரவிந்த் அந்தத் தனியார் நிறுவனத்தின் மேனேஜிங் டைரக்டர். டெல்லியில் இருக்கும் ஓர் அண்ணனும், சிங்கப்பூரில் உள்ள எஸ்டேட்களைப் பார்த்துக் கொள்ளும் மற்றோர் அண்ணனும் முக்கிய டைரக்டர்கள். தயாள் அண்ட் கம்பெனி நிறுவனத்தின் ஸ்தாபகர். இந்த மூவரின் அப்பா நரசிம்மன், அந்த அறையின் ஒரு சுவரில் ஐந்தடிக்கு இரண்டடி லைஃப் சைஸ் கறுப்புவெள்ளை படத்தில் ஜரிகை மாலையுடன் நிரந்தரமாகப் புன்னகை செய்து கொண்டிருந்தார்.

அரவிந்தின் பங்களாவில் வாட்ச்மேன், சமையல்காரன் தோட்டக்காரன், கார் டிரைவர் என்று ஒரு படை உண்டு. ஆனால் இவர்களைச் சரியாக நிர்வகிக்க ஓர் எஜமானியம்மா இனிமேல் தான் வரவேண்டும்.

டெல்லி அண்ணன் ராஜசேகர் ஒவ்வொரு தடவை போனில் பேசும் போதும், "என்னப்பா எதாச்சும் காரணம் சொல்லிக்கிட்டுத் தள்ளிப் போட்டுக்கிட்டே இருந்தா என்ன அர்த்தம்? காலாகாலத்தில் பண்ணிக்க வேணாமா?" என்று நச்சரித்து, நச்சரித்து போன மாதம் இவன் க்ரீன் சிக்னல் தரவே...

இரண்டு வாரங்கள் முன்பு போன் செய்து "அரவிந்த்! நாளைக்குப் புறப்பட்டு வா. இங்கே ஸ்டீல் இண்டஸ்ட்ரி வச்சிருக்கார் யோகாநந்தன்னு. அவர் பொண்ணு ஹேமா, எம்.பி.ஏ. படிச்சிருக்குது. உனக்கு ரொம்ப பொருத்தமா இருக்கும். உனக்குப் பிடிச்சுப் போய், சரின்னு சொல்லிட்டேன்னா யு ஆர் தி லக்கியஸ்ட் பர்சன்." என்றான் ராஜசேகர்.

“எதனால?”

“ஹேமா அவரோட ஒரே பொண்ணு. ஒன்றரை கோடி ரூபா சொத்து!”

“எனக்கு சொத்து வேணாம்ணா... திகட்டுது. எனக்கு வேண்டியது பொருத்தமான பொண்டாட்டி.”

“அதான் சொல்றேனே, நான் ஹேமாவைப் பார்த்துட்டேன். பியூட்டி கண்ட்டெஸ்ட்ல கலந்துக்கிட்டா இவளைத் தவிர வேற யாரையும் தேர்ந்தெடுக்க முடியாது. அவ்வளவு அழகு.”

“நான் சொல்ல வந்தது மனப்பொருத்தம்.”

“வா, வந்து பாரு, பேசிப் பாரு. குழாய் திறந்த மாதிரி சளசளன்னு இங்கிலீஷ் கொட்டுது. வாயேன்.”

அரவிந்த் கிருஷ்ணனையும் அழைத்துக்கொண்டு ஃபிளைட்டில் டெல்லி போனான்.

கிருஷ்ணன் அரவிந்த் பள்ளிக் காலத்திலிருந்து நண்பன். எத்தனையோ கருத்துகளில் இரண்டு பேருக்கும் முரண்பாடு உண்டு. அடிப்படைக் குணங்களிலேயே வித்யாசங்கள் உண்டு. அரவிந்த் ஒரு பதற்றமற்ற, நிதான வகை. கிருஷ்ணன் அடுத்த அரை மணி நேரத்தில் உலகம் அழிந்துவிடப் போவதைப் போல பரபரக்கிற டைப்.

கிருஷ்ணனுக்குச் சொந்த ஊர் கோயமுத்தூர். அங்கே அப்பா, அம்மா, தம்பி, தங்கை எல்லாரும் உண்டு.

இவன் சென்னையில் தன் பெரியப்பா வீட்டில் வளர்ந்து, படித்து, வேலை கிடைக்காமல் திரிந்து, பிறகு ஒரு பங்கு மார்க்கெட் ப்ரோக்கர் நிறுவனத்தில் வேலை பார்த்து, பங்கு மார்க்கெட் பற்றிச் சகலமும் கற்று, இன்று தனியாக ஓர் அறை எடுத்துத் தங்கி அங்கீகரிக்கப்பட்ட ஸ்டாக் எக்ஸ்சேஞ்ச் ப்ரோக்கராகச் செயல்படுபவன்.

போன் ஒன்றை மூலதனமாக வைத்துக்கொண்டு, பம்பாய்க்கு எண்கள் சுழற்றிக்கொண்டு, அருமையான இருபது முப்பது வாடிக்கையாளர்களை வைத்துக்கொண்டு, அவர்களுக்குப்

பங்குகளை விற்றுக்கொடுத்து, வாங்கிக்கொடுத்து கமிஷன் பெறுவதோடு வேறு சில ஜகதலப் பிரதாப வேலைகள் எல்லாம் செய்வான். பர்சில் பணம் வழியும். நினைத்த ஹோட்டலில் சாப்பாடு. தீரத்தீர பைக்கிற்குப் பெட்ரோல். செலவிட எக்கச்சக்கமான நேரம். அதனாலேயே நிறைய வாலிப சேஷ்டைகள்.

கிருஷ்ணன் வைத்திருக்கும் ஒரு டைரியில் அகர வரிசைப்படி நிறையப் பெண்களின் பெயர்களைப் பார்க்கலாம் - போன் நம்பர்களுடன். எல்லா ஹோட்டல்களிலும் ரிசப்ஷனில் இவனுக்கு அறிமுகப் புன்னகை கிடைக்கும்.

தினமும் ஒரு தடவையாவது அரவிந்தைச் சந்திக்க வருவான். சந்திப்பதோடு மட்டுமில்லாமல்...

“வெட்கம்!” என்பான்.

“ஏண்டா?” என்பான் அரவிந்த்.

“ஒரு பெரிய கம்பெனியோட எம்டி. சிகரெட் பிடிக்க மாட்டேங்கறே!”

“டை கட்டிக்கிற மாதிரி சிகரெட் என்ன எக்ஸிக்யூட்டிவ்க்கு ஓர் அத்தியாவசியமா?”

“இப்போ ஒரு ஸ்டேட்டஸ் சிமபல் ஆகிடுச்சே.”

“உளறாதே. டிரைவரும் சிகரெட் பிடிக்கிறான். இது ஒரு பழக்கம். எல்லாரும் பழகிக்கணும்னு இல்லையே.”

“நீ பழகிக்கயேன்.”

“எனக்குப் பிடிக்கலையேப்பா. சும்மா ஸ்டைலுக்காகப் பத்தவச்சுக்கிறதை நான் விரும்பலை. இப்போ சில பார்ட்டிகள்ல பீர் மட்டும் நான் எடுத்துக்கறதுண்டு. அது பிடிச்சிருக்கு. அதிக பாதிப்புமில்லை. அந்த மாதிரி எனக்குத் தேவைன்னா செய்வேன். இன்னொருத்தரை இம்ப்ரெஸ் பண்ணணும்ங்கிறதுக்காக எதையும் செய்ய மாட்டேன்.”

“நீ தேறவே மாட்டே போ! சரியான சாமியார்.மொழு மொழுன்னு ஒரு செகரட்டரியை வச்சிருக்கே. அவளைப் பார்த்தாலே நாலு

கப் ஐஸ்க்ரீம் சாப்பிட்ட மாதிரி ஆய்டுது எனக்கு. ஏதாவது சில்மிஷம் பண்ணிருக்கியான்னு கேட்டா, மூஞ்சை நேரா பார்க்காமதான் டிக்டேட் பண்ணுவேன்னு சொல்வே."

"கிருஷ், நீ வேற டைப். நான் வேற டைப்."

"எல்லாம் ஒரே டைப்தான். நான் மேட்டு நிலம். மழை பேஞ்சா உடனே செலவழிச்சுடறேன். நீ அணைக்கட்டு. தேக்கி வைச்சிருக்கே. ஆனா பாரு... என் வாழ்க்கைல இன்னிக்குத்தான் கடைசி நாள்ன்னு நினைச்சு வாழணும். அதான் என் பாலிசி. அனுபவிக்கணும்டா ராஜா! கடல் மாதிரி சொத்து வச்சிக்கிட்டு ஆம்பளை கண்ணகியா இருக்கியே... நான் உன்னைப் பார்த்துப் பரிதாபப்படறேன்."

அரவிந்த் மென்மையாகச் சிரித்துக் கொள்வான். கிருஷ்ணன் முயற்சியைக் கைவிடவே மாட்டான்.

அந்தக் கிருஷ்ணனையும் உடன் அழைத்துக் கொண்டு டெல்லி போய் அண்ணனுடன் சென்று அந்த ஹேமாவைப் பார்த்த வினாடியே இவனுக்குப் பிடிக்கவில்லை.

சுண்டினால் ரத்தம் தெறிக்கும் நிறம்தான். அழகு தான். நாகரிக உடையணிந்து, "ஹலோ" என்றாள்.

ராஜசேகர் வற்புறுத்தி அவளுடன் தனியாகப் பேசச் சொன்ன போது, இவன் தொடங்கும் முன்னரே அவள், "உங்களுக்கு மியூசிக் பிடிக்குமா?" என்றாள்.

"ம்" என்றான்.

"யாரைப் பிடிக்கும்?"

"நாமகிரிப்பேட்டை, லால்குடி, ரவி சங்கர், ஸ்ரீனிவாஸ்."

இவன் சொல்லிக் கொண்டிருக்கும் போதே அவள் மேலே பல்லி விழுந்தவளாக முகத்தைச் சுளித்து, "கர்நாடக சங்கீதமா? நான் அதைக் கேக்கலை. பாப் ம்யூசிக்ல கேட்டேன்" என்றாள்.

"ஸாரி. மேற்கத்திய சங்கீதத்தில் எனக்கு ஈடுபாடு இல்லை. சரி. நான் கேக்கறனே உன்னை. தமிழ் நாவல்கள் படிச்சிருக்கியா? யாரைப் பிடிக்கும்?"

“நாவலா? எங்கே நேரம்? டான்ஸ் கிளாஸ் போறேன். ஸ்விம்மிங் போறேன். ப்யூட்டி பார்லர், க்ளப்ஸ், பார்ட்டீஸ்ன்னு ஒரு நாளைக்கு இன்னொரு இருபத்தி நாலு மணி நேரம் தேவைப்படுது.”

அதற்குமேல் பேசாமல், புறப்பட, “யெஸ் சொல்லப் போறீங்களா அரவிந்த்?” என்றாள்.

“நோ சொல்றதுதான் ரெண்டு பேருக்கும் நல்லது!” என்றான்.

“ஓ! தேங்க் காட்! மெட்ராஸ் வெயில் எனக்குப் பிடிக்கிறதேயில்லை யூ நோ!”

“டெல்லி குளிரும் எனக்குப் பிடிக்கிறதேயில்லை.”

விமானத்தில் திரும்பும் போது கிருஷ்ணன் அடித்துக்கொண்டான்.

“உன்னை மாதிரி முட்டாளை நான் பார்த்ததே இல்லை. உழைப்பே இல்லாம கோடீஸ்வரனாகற வழிகளில் ஒண்ணு - கோடீஸ்வரனோட ஒரே பொண்ணைக் கல்யாணம் பண்ணிக்கறது. லட்டு மாதிரி இருக்கா. ரசனைகள் ஒத்துவரல்லையாம்! வர்ற சான்சை விடாம பயன்படுத்திட்டு... அப்புறம் உன் ரசனைக்கு ஒண்ணை ஒதுக்குப்புறமா வச்சிக்க வேண்டியதுதானே?”

“உன் பேத்தலை நிறுத்து. கல்யாணம்ங்கிறது ஒரு புனிதமான பந்தம்.”

“தீப்பந்தம்! எனக்குத் தெரிஞ்ச பணக்காரப் பசங்க எல்லாம் ஒரே மாதிரிதான் இருக்காங்க. நீ எப்படித் தப்பா இருக்கேன்னு புரியலையே. உன்னை நினைச்சா எனக்கு கவலையா இருக்குப்பா. சரி. உன் பொண்டாட்டி எப்படித்தான் இருக்கணும்? வெய்ட், சொல்லாதே. நான் சொல்றேன். பதினெட்டு முழப்புடவை கட்டி, நகை போட்டு, மருதாணி வச்சு கையில வீணையோட, தலைல கிரீடம் வச்சு கிட்டதட்ட சாமி மாதிரி! கரெக்ட்டா?”

“போடா மண்டு! எதைச் சொன்னாலும் கிண்டல் பண்றதுன்னு இருக்கே. உன்கிட்டே சீரியஸா எதையும் பேச முடியாது.”

“உண்மை. என்னைப் பொருத்தவரைக்கும் வாழ்க்கைல சீரியஸான விஷயம்னு எதுவும் இல்லை.”

சொந்தமாகத் தயாரித்த திருக்குறள் இது என்று சொல்லித் திரியும் கிருஷ்ணன், மாலை நான்கு மணிக்கு அவசரமாக அரவிந்தின் அறைக்குள் வந்து, "யப்பாடா, இன்னும் வரல்லையே! பறந்துக்கிட்டு வந்தேன்." என்றான்.

போன் அடித்தது. அரவிந்த் எடுத்தான். "யெஸ், ஸ்பீக்கிங்."

"சார், நான் வந்தனா பேசறேன். நான் வந்த ஆட்டோல ஏதோ மைனர் பிராப்ளம். டிரைவர் அதைச் சரி செய்துக்கிட்டு இருக்கார். வேற ஆட்டோ பிடிக்க விடமாட்டேங்கறார். பதினைஞ்சு நிமிஷம் லேட்டா வர்றேன் சார். ஸாரி."

"பரவாயில்லை, வாங்க." என்று வைத்த அரவிந்த், பேசினதைச் சொன்னதும்.

"நான் பேசியிருக்கணும் போன்ல. எங்கேர்ந்து பேசறான்னு தெரிஞ்சா பைக்ல போய் பிக்கப் பண்ணிட்டு வந்திருக்கலாமில்லை?" என்ற கிருஷ்ணன் சிகரெட் பற்ற வைத்துக்கொண்டான்.

"டோண்ட் பி ஸில்லி கிருஷ்ணா! அவங்க இருக்கிறப்போ சிகரெட் பத்த வைக்காதே. இந்த ரூமுக்குள்ளே உன் ஒருத்தனுக்கு மட்டும்தான் ஸ்பெஷல் பர்மிஷன். இந்த ஆஷ்ட்ரேயே உனக்காகத்தான்." என்ற அரவிந்த் ஃபைல்களில் கையெழுத்திட்டான்.

கிருஷ்ணன் உரிமையாக போனைத் தன் பக்கம் திருப்பி வைத்துக்கொண்டு பம்பாய்க்காரனுடன் தன் தொழில் பற்றிப் பேச ஆரம்பித்தான்.

பியூன் வந்து சொல்லி. "வரச்சொல்லு" என்று அரவிந்த் சொன்னதும், உள்ளே வந்தாள் வந்தனா.

"ஹலோ!... வாங்க வணக்கம்."

——

4

அத்தியாயம்

“வணக்கம் சார். ஐ அம் வந்தனா...” குவித்த விரல்களில் சுத்தமாக வெட்டப்பட்ட நகங்களைப் பார்த்தான் அரவிந்த்.

காட்டன் சேலை. ஒற்றைப் பின்னல், சிதைக்கப்படாத புருவங்கள், வர்ணம் தீட்டப்படாத, தீட்ட அவசியமில்லாத உதடுகள். கழுவின தரையாகக் கன்னங்கள்.

அவளைத் தீர்க்கமாகக் கவனிப்பதை உடனே நிறுத்தி, “உக்காருங்க வந்தனா! இது என் ஃபிரெண்ட் கிருஷ்ணன். ஷேர் ப்ரோக்கர்.” என்றான் அரவிந்த்.

“ஹலோ!” என்றான் கிருஷ்ணன்.

வந்தனா பதிலுக்குச் சொல்லிவிட்டு, “ஆரம்பிக்கலாமா சார்?” என்று தன் ஹேண்ட் பேகிலிருந்து டேப்ரெக்கார்டர் எடுத்து மேஜை மேல் வைத்து, ஹேண்ட் மைக்கை அதனுடன் தொடர்புபடுத்திக் கொண்டிருக்கையில், கிருஷ்ணன் அரவிந்தைப் பார்த்துப் பொடி போடுபவன்

போல கையில் அபிநயம் காட்டி, "நூத்துக்குத் தொண்ணூறு" என்றான். அரவிந்த் பதறிவிட...

"ம்?" என்று திரும்பினாள் வந்தனா.

"நூத்துக்குத் தொண்ணூறு பேர் அப்பாவோட தொழிலை இப்ப செய்யறதில்லை. செஞ்சாலும் சரியா செய்யறதில்லை. ஆனா அரவிந்த் அவங்க அப்பா ஆரம்பிச்ச இந்தத் தொழிலைப் பத்து மடங்கு பெரிசாக்கியிருக்கான்னு சொல்ல வந்தேன்..." என்றான் கிருஷ்ணன் அலட்சியமாக.

"அப்படியா?" என்றவள், "பத்திரிகை பேட்டின்னா உங்க கருத்தையும் சேர்த்து எழுதலாம். இது ரேடியோ பேட்டிங்கறதால நான் கேள்வி கேக்கறப்போ நீங்க அவசரப்பட்டு குறுக்கே எதுவும் சொல்லிடாதீங்க. அப்புறம் மறுபடி ரெக்கார்ட் பண்ண வேண்டியதா இருக்கும். ஆரம்பிக்கலாமா சார்?" என்றாள் அரவிந்தைப் பார்த்து.

கிருஷ்ணன் லேசாக முகம் மாறினான். கொஞ்சம் ராங்கி பிடித்தவளாய் இருப்பாள் போலிருக்கிறதே. இவ்வளவு நாசூக்காக இன்சல்ட் செய்கிறாளே.

"கேட்கலாம் மேடம்!" என்றான் அரவிந்த்.

"ஒரு பத்தே நிமிஷத்துல முடிச்சுக்கறேன். கூடுமான வரைக்கும் இங்கிலீஷ் கலக்காம பேசுங்க. வித் யுவர் பர்மிஷன். ஒரு பத்து நிமிஷம் உங்களுக்குக் 'கால்' எதுவும் வராம இருந்தா நல்லது." என்று வந்தனாவே டெலிபோனின் ரிசீவரை எடுத்துத் தனியாகக் கிடத்தினாள்.

"உங்க நிறுவனம் ஆரம்பிச்சு எத்தனை வருஷம் ஆச்சு?" என்று கேட்டுவிட்டு மைக்கை அவன் முகமருகே நீட்டிப் பிடித்தாள் வந்தனா.

"இருபது வருஷம் ஆச்சுங்க."

"நீங்க நிர்வாகப் பொறுப்பு எடுத்துக்கிட்டு எத்தனை வருஷம் ஆச்சு?"

“ஒன்பது வருஷம் ஆச்சு...”

“உங்க நிறுவனத்தோட வெற்றிகரமான செயல்பாட்டுக்குக் காரணம் என்னன்னு சொல்வீங்க...?”

“எங்க நிறுவனம் தயாரிக்கிற பொருள்களோட தரம் ஒரு காரணம். கிரைண்டர், மிக்ஸி, குக்கர்ன்னு வீட்டுக்குத் தேவைப்படற எல்லாமும் தயாரிக்கிறோம். எங்க விளம்பரங்கள்ல மிகை இருக்காது. ஒரு நிறுவனத்தோட வெற்றியில் விளம்பரத்துக்கு முக்கிய பங்கு உண்டு. அதுக்கான செலவுகளை நான் குறைக்கிறதே இல்லை. இதையெல்லாம் கம்பெனியோட பிரபலத்துக்குக் காரணமா சொல்லலாம். ஒரு தொழிலதிபரா இருக்கிறதால பல நிகழ்ச்சிகளுக்கு என்னைக் கூப்பிடறாங்க.”

“சமூக நிகழ்ச்சிகள்ள நீங்க நிறைய கலந்துக்கிறீங்க... சமூகத்துக்காக நீங்க ஏதாவது செய்து வர்றீங்களா?”

“எங்கப்பா பேரால ஓர் அறக்கட்டளை தொடங்கி மூணு வருஷமா சிறந்த இலக்கிய படைப்புக்குப் பரிசு தந்துக்கிட்டிருக்கேன். நூறு மாணவர்களுக்கான கல்விச் செலவுகளைச் செய்து வர்றேன்.”

“நமது நாடு தொழில் துறையில் வேகமா முன்னேற - ஒரு வெற்றிகரமான தொழிலதிபர்ங்கற முறையில் உங்களோட ஆலோசனைகள் என்ன?”

“ஆலோசனை சொல்ற அளவுக்கு நான் பெரிய ஆள் இல்லை. ஆனா என் கருத்தைச் சொல்லலாம்னு நினைக்கிறேன். தொழில்ல ஆர்வமுள்ள நபர்களுக்குச் சரியான உதவிகள் கிடைக்கிறதில்லை. அரசியல் செல்வாக்கு உள்ளவங்களுக்கு ஏராளமான சலுகைகள் தரப்படுது. அடுத்து... கடற்கரையோரத்தில் உப்பு, மீன் சம்பந்தப்பட்ட தொழில் செய்யறது முறை. அதுமாதிரி இந்தியாவோட பலம் எதுவோ அதை அடிப்படையாக் கொண்ட தொழில்களைப் பெருக்கணும். இந்தியாவோட பலம் மக்கள்தொகை. இங்கே உழைக்கிற மனித பலத்தை அதிகமா பயன்படுத்தறதுதான் முறை. கம்ப்யூட்டரை எல்லா இடங்கள்லயும் நியமிக்கிற சமீப சிந்தனைகள் ரொம்பத் தப்பானது.”

“அப்படின்னா நீங்க கம்ப்யூட்டரை எதிர்க்கறீங்களா?”

“நிச்சயமா இல்லை. கம்ப்யூட்டருக்கு நான் எதிரி இல்லை. ஆனா அதை எங்கெங்கே பயன்படுத்தணுமோ அங்கே மட்டும்தான் பயன்படுத்தணும். பம்பாய்ல சரக்குகளை லோட் செய்யவும், அன்லோட் செய்யவும் கம்ப்யூட்டர் டெக்னாலஜியைப் பயன்படுத்தறது தொழிலதிபர்களுக்கு ரொம்ப சாதகம்தான். ஆனா தொழிலாளர்களுக்கு ரொம்ப பாதகம்.”

“நீங்க தொழில் நடத்தறதோட நோக்கம் என்ன?”

“நிச்சயமா லாபம் மட்டுமில்லை. நிறையப் பேருக்கு வேலை வாய்ப்புத் தர முடியுது. ஒரு பெரிய நிறுவனத்தை நிர்வகிக்கிறதே ஒரு சவாலான வேலை. தினம் புதுப்புது பிரச்னைகளைக் சந்திக்கணும். பிரச்னைகளைத் தீர்த்து வெற்றிகரமா நடத்தறப்போ கிடைக்கிற நிறைவு... ஆத்ம திருப்தி...”

“வானொலி நேயர்களுக்காக இந்த கேள்விகளுக்குப் பதில் சொன்னதுக்கு எங்கள் நன்றியைத் தெரிவிச்சிக்கிறோம்.”

“எனக்கு இந்த வாய்ப்பு கொடுத்ததுக்கு நானும் நன்றி தெரிவிச்சுக்கிறேன்.” என்றான் அரவிந்த்.

வந்தனா டேப்பை அணைத்ததும்... கிருஷ்ணன் ஒருமுறை இருமிவிட்டு, “ரொம்ப நேரமா கட்டுப்படுத்தி வச்சிருந்தேன். ஏன் மேடம்! இந்த பேட்டி மூன்றில் ஒரு பங்காகச் சுருக்கி ஒலிபரப்பப்படுமா?” என்றான்.

“ஏன் அப்படிக் கேக்கறீங்க?”

“இல்லை. அரசியல் செல்வாக்கு... சலுகைன்னு கொஞ்சம் சொன்னான். ரேடியோல இவ்வளவு சுதந்திரமா விட்டுருவாங்களா?”

“இவர் யார் பேரையும் குறிப்பிட்டுச் சொல்லலை அதனால அநேகமா எடிட் ஆக வாய்ப்பில்லை.” என்றாள் வந்தனா.

“நீங்க ஏ. ஐ. ஆர்.ல வேலை செய்யறீங்களா?” என்றான் அரவிந்த்.

“பார்ட் டைம். நீங்க ஃபோன் செஞ்சீங்களே குப்தா சர்ஜிக்கல் எக்விப்மெண்ட்ஸ், அங்கே பார்ட் டைம் க்ளார்க் வேலை

பார்க்கறேன்." என்று தன் கடையின் விலாச அட்டையைக் கைப் பையில் இருந்து எடுத்துக்கொடுத்த வந்தனா, எழுந்துகொண்டாள்.

"என்னைக்கு ஒலிபரப்பாகுதுன்னு உங்களுக்கு ஃபோன் செஞ்சு சொல்றேன்... ஓ, ஸாரி..." என்று தனியாய்க் கிடத்தின ரிசீவரை எடுத்துச் சரியாய் வைத்தாள்.

"ஒன் மினிட் இருங்க மேடம்! எதாச்சும் சாப்பிட்டுப் போங்க." அரவிந்த் இண்ட்டர்காம் எடுத்து, "சொல்லுங்க, காபியா, கூல்ட்ரிங்கா?" என்று அவளைப் பார்த்தான்.

"காப்பி" என்று மீண்டும் அமர்ந்து அந்த அறையை நோட்டம் விட்டாள் வந்தனா.

ஒரு தூசு இல்லாமல், ஓர் அழுக்கு இல்லாமல் வசீகரமான வர்ணங்கள் பூசின சுவர்களுடன், விலையுயர்ந்த மேஜை, நாற்காலிகளுடன் இருந்தது. ஜரிகை மாலையுடன் நின்ற அரவிந்தின் அப்பா படத்தைப் பார்த்தாள்.

"எங்கப்பா, இந்த நிறுவனத்தை ஆரம்பிச்சவர்." என்றான் அரவிந்த்.

"ஆனா அப்பாவோட குணம் ஒண்ணுகூட பிள்ளைக்கு இல்லைங்க" என்ற கிருஷ்ணன், "சம்பாதிச்ச பணத்தில் பாதியை விஸ்கிலயும், குதிரைலயும் விட்டாருங்க. இவன் என்னடான்னா ஒரு சிகரெட் பிடிக்க மாட்டேங்கறான். வரப் போற பொண்டாட்டிதான் இவனை மாத்தணும்."

"கிருஷ்ணா! நீ யாரையோ பார்க்கணும்னு சொன்னீயே?" என்று நெளிந்தான் அரவிந்த் சங்கடமாக.

"அதெல்லாம் யாரையும் பார்க்க வேண்டியதில்லை. இப்படியெல்லாம் சொல்லி என்னை வெளில போகச் சொல்ல முடியாது. 'அப்பா கிருஷ்ணா நான் இவங்ககிட்டே ரெண்டு வார்த்தை தனியாப் பேசணும். வெளில போறியா?'ன்னு நயமா கேட்டா... நான் போயிடுவேன். போறேன்..." என்று கிருஷ்ணன் எழுந்து அறையை விட்டுச் சென்றுவிட...

“மேடம்!... தப்பா எடுத்துக்காதீங்க. அவன் எப்பவுமே கொஞ்சம் கரடு முரடா உளறிடுவான்.” என்ற அரவிந்த் உள்ளே கொண்டு வந்து வைக்கப்பட்ட காப்பியை, “எடுத்துக்கங்க” என்று அவளிடம் நீட்டிவிட்டு, “சீனிவாசன்கிட்டே சொல்லி, நம்ம கம்பெனி காம்ப்ளிமெண்ட் பென் செட் ஒண்ணு வாங்கிட்டு வா...” என்றான் ப்யூனிடம்.

வந்தனாவுக்குச் சங்கடமாக இருந்தது. பென் செட் அட்டைப் பெட்டியைப் பியூன் கொண்டு வந்து கொடுத்ததும், “இந்தாங்க மேடம். எங்க கம்பெனி நினைவா வச்சிக்கங்க.” என்று நீட்டினான் அரவிந்த்.

“இல்லை. வேணாம் சார். பரவாயில்லை...”

“சும்மா வச்சிக்கங்க. இதைக் கொடுக்கறதால உங்ககிட்டேயிருந்து எந்தத் தப்பான சலுகையும் நான் எதிர்பார்க்க மாட்டேன். வாங்கிக்கங்க.”

மறுபடி மறுக்க முடியாமல் பெற்றுக்கொண்ட வந்தனா எழுந்து கைகூப்பி விடைபெற்று வெளியில் சென்றதும்... சிகரெட் ஊதிக்கொண்டே உள்ளே வந்த கிருஷ்ணன், “நான் போட்ட மார்க் சரியா?” என்றான்

அவன் கேள்வியைக் காதில் வாங்காமல், தூரத்தில் நடந்து சென்ற வந்தனாவைக் கண்ணாடி ஜன்னல் வழியாகப் பார்த்துக் கொண்டிருந்தான் அரவிந்த்.

———

5

அத்தியாயம்

அரவிந்தின் பேட்டியை முடித்துக்கொண்டு புறப்பட்ட வந்தனா அகில இந்திய வானொலி நிலையத்தின் வாசலில் தன் சைக்கிளில் இருந்து இறங்கினாள். சூரிதாரின் துப்பட்டாவைச் சரி செய்துகொண்டு, சைக்கிளில் இருந்து எடுத்து, கைப்பையைத் தோளில் மாட்டிக்கொண்டு, கட்டட வாசலை நோக்கி நடப்பதற்குள், அறிமுகமான ஒன்றிரண்டு பேருக்குக் கைகுவித்தாள். புன்னகை செய்தாள்.

வரவேற்புப் பகுதியில் புத்தகத்தில் கையெழுத்திட்டுவிட்டு, "மைதிலி நாராயணன் வந்திருக்காங்கதானே?" என்று விசாரித்துக் கொண்டாள். உள்ளே நீளமான வராந்தாவில் நடந்து, படிகள் ஏறி, ப்ரோக்ராம் எக்ஸிக்யூடிவ் மைதிலி நாராயணனை, அவரது அறையில் சந்தித்தாள்.

மைதிலி நாராயணன் நரைத்த முடிகளைச் சேகரித்து. சிக்கனமாகக் கொண்டையிட்டு, பான் பீடா

மென்றுகொண்டே, ஒரு ஸ்கிரிப்டைப் பென்சிலால் எடிட் செய்து கொண்டிருந்தவர், "வந்தனாவா அந்தப் பேட்டியை முடிச்சிட்டியா, உக்காரும்மா." என்றார்.

எதிர் நாற்காலியில் அமர்ந்த வந்தனா, "முடிச்சுட்டேன் மேடம்! மொத்தம் மூணு பேரைப் பேட்டி கண்டேன். பதினைந்து நிமிஷத்துக்குச் சுருக்கி எடிட் செய்யணும். எடிட்டிங் ரூம் இப்ப ஃப்ரீயா இருந்தால் ஒரு மணி நேரத்திலே முடிச்சுத் தந்துடறேன்." என்றாள்.

மைதிலி நாராயணன் எழுந்து சென்று, ஜன்னலுக்கு வெளியில் துப்பிவிட்டு வந்து, போன் எடுத்துப் பேசி விட்டு, "இன்னும் அரை மணி நேரத்திலே ஃப்ரீயாயிடுமாம். போய் முடிச்சிடு. அப்புறம் நாளன்னைக்கு ஈவினிங் உனக்கு ஒரு சங்க் போட்டிருக்கேன்." என்றாள்.

"தேங்க் யூ மேடம்! என்ன டைம்?"

அவர் ஒரு சார்ட் புரட்டிப் பார்த்துவிட்டு, "ஈவினிங் அஞ்சிலேர்ந்து ஆறரை. அஞ்சலியைப் பார்த்தியா?"

"நேத்துப் பார்த்தேன் மேடம்!"

"என்னைப் பத்தி எதுவும் சொன்னாளா?"

"இல்லையே மேடம்!"

"போன வாரம் ஒரு பேட்டியில் கோட்டைவிட்டுட்டா. கொஞ்சம் காட்டமாவே சத்தம் போட்டுட்டேன். சுதந்திரப் போராட்டத் தியாகி மேலநெறியூர் சுந்தரம் பிள்ளையோட ஒரு நேர்முகம் நிகழ்ச்சி. இவ மூணு தடவை நெறியூருக்குப் பதிலா நரியூர், நரியூருன்னே சொல்றா. அந்த சுந்தரம் பிள்ளையே பொறுக்க முடியாம, 'மேல நரியூர்ல இலம்மா, மேலநெறியூர்'ன்னு சொல்லிட்டார். நேரடி ஒலிபரப்புல அப்படியே ஏர்ல போய்டுச்சி. அஞ்சலியை வாங்கு வாங்குன்னு வாங்கிட்டேன். அவளுக்குக் கண்ல தண்ணி வந்துடிச்சு. வீட்ல மாமியாரோட சண்டையாம். மூட் அவுட் ஆகி வந்தாளாம். அப்படி இவளை யாரு வரச்

சொன்னது? இது பத்திரிகை சமாச்சாரமில்லை, எழுதினதை அடிச்சுட்டு மறுபடி எழுதிக்க. சொந்த பிரச்சனைகளை எல்லாம் மனசிலேர்ந்து கழட்டி வச்சிட்டு, முழு கவனத்தையும் ஈடுபடுத்த வேண்டிய வேலை இது. என்ன நான் சொல்றது?"

"ஆமாம் மேடம்! பத்திரிகையை விட தொலைக்காட்சியை விட அதிகமான பேரை போய்ச் சேர்ற மீடியம் இது. அதிகமான கவனம் வேணும்."

"டோண்ட் ஸ்டாப் தேர் வந்தனா! நீ சொன்ன மத்த ரெண்டு விஷயங்களில் இது பெட்டர். எப்படின்னு கேளேன்."

"எப்படி?"

"பத்திரிகையோ, டெலிவிஷனோ போக முடியாத ரிமோட் கிராமங்களுக்கும் நாம் போயிடறோம். அப்புறம் கண்ணை மூடிக்கிட்டு ரிலாக்ஸ் செஞ்சுக்கிட்டே ரேடியோ கேக்கலாம். பத்திரிகையோ, டெலிவிஷனோ... கண்ணைத் திறந்தாகணும். இன் எ வே, திஸ் ஈஸ் பிளைண்ட் மென்ஸ் மீடியம்." என்று சிரித்து, ஒலித்த போனை எடுத்துக்கொள்ள... அதே சிரிப்பைத் தன் உதடுகளில் பற்ற வைத்துக்கொண்டு, வெளிப்பட்டு எடிட்டிங் அறைக்கு நடந்தாள் வந்தனா.

கனமான கதவைத் தள்ளி நுழைந்ததும் குளிர் செய்யப்பட்ட வராந்தாவில் நடக்க, நடக்க ஒலிப்பதிவுக் கூடங்களும், ஒலிபரப்பு அறைகளும் கண்ணாடிச் சுவர்களுக்கு மறுபுறம் எலெக்ட்ரானிக்ஸ் இயந்திரங்களுடன் மௌனமாக இயங்கிக் கொண்டிருந்தன. ஒரு கூடத்தில் கர்நாடக சங்கீதம் பதிவாகிக் கொண்டிருந்தது. மற்றொன்றில் நாடகத்திற்கான ஒத்திகை.

ஓர் ஒலிபரப்பு அறையில் இருந்து இவளை நோக்கிக் கையசைத்தாள், அறிவிப்பாளர் நாற்காலியில் அமர்ந்திருந்த கவிதா. வந்தனா கையசைத்து விட்டு, அவளின் அந்தத் தனியறையின் வாசலுக்கு மேல் சிவப்பு விளக்கு எரியாததால், கண்ணாடிக் கதவைத் திறந்துகொண்டு உள்ளே வந்தாள்.

இசைத்தட்டு சுழன்று ஒரு திரைப்படப் பாடல் ஒலிபரப்பாகிக் கொண்டிருப்பதை இவர்களும் கேட்க முடிந்தது. அறிவிப்பாளரின் மைக்கை கண்ட்ரோல் செய்யும் லீவரை முற்றிலும் ஃபேட் செய்திருந்த கவிதா, "எப்படி இருக்கே வந்தனா? பார்த்து நாளாச்சு." என்றாள்.

"நல்லா இருக்கேன். கல்யாணம் நிச்சயமாகியிருக்குன்னு சொன்னியே... தேதி வச்சாச்சா கவிதா?" என்று வந்தனா ஆர்வமாகக் கேட்டதும் அவள் முகம் மாறிக் கண்களில் லேசாக நீர்ப்படலம் தோன்றி,

"என் சாவுக்குத்தான் தேதி வைக்கணும் வந்தனா! கல்யாணம் நின்னு போச்சு. அது ஒரு சுவாரசியமான கதை. ஒன் மினிட் இரு. பாட்டை மாத்திடறேன்." என்றவள், மற்றொரு ரெக்கார்ட் பிளேயரில் தயாராய் இருந்த இசைத் தட்டின் மேல் ஊசி முனையை வைத்து விட்டு, ஒலிபரப்பான பாடல் முடிந்ததும் அதன் மைக் சிஸ்டத்தை அணைத்து விட்டு. தனது மைக்கின் லீவரை நகர்த்தி, "அடுத்து நீங்கள் கேட்கப் போகும் பாடல்" என்று படத்தின் பெயர், பாடியவர்கள் பெயர்களைச் சொல்லி இரண்டாவது ப்ளேயரின் மைக்சிஸ்டத்தை ஆன் செய்து, தன் மைக்கை நிறுத்தினாள். இப்போது அடுத்த பாடல் ஒலிபரப்பாகத் தொடங்க...

"ஏம்மா, என்ன ஆச்சு?" என்றாள் வந்தனா.

"ஒரே வார்த்தையில சொல்லணும்னா... வரதட்சணை! விவரமாக் கேட்காதே, வந்தனா! அழுதுடுவேன். இன்னிக்கு உனக்கு டூட்டி போட்டிருக்கா, என்ன சங்க்?"

"இல்லை. ஒரு நிகழ்ச்சி எடிட் பண்ண வந்தேன், ஓய்வா உன்னை உன் வீட்டிலே வந்து பார்க்கிறேன். கவிதா!"

"சரி. மேனன் சாரைப் பாத்தியா இன்னைக்கு?"

"இல்லை. ஏன்?"

"உனக்கு ரெண்டு லெட்டர்ஸ் வந்திருக்கிறதாச் சொன்னார். மைதிலி மேடத்துகிட்டே கொடுத்துடுங்கன்னு சொன்னேன்."

"அவங்களைப் பார்த்துட்டுத்தான் வந்தேன். அவங்க கொடுக்கலையே. நான் மேனன் சாரைப் பார்த்து வாங்கிக்கிறேன். கவிதா! எதுக்கும் கலங்காம, ஒடிஞ்சிடாம தைரியமா இரு. விவரமாப் பேசலாம்." என்று அவள் தோளில் கை வைத்து, ஆறுதலாகச் சொல்லிவிட்டு, எடிட்டிங் அறைக்கு வந்து, ஒரு நாற்காலியில் அமர்ந்து காத்திருந்தாள்.

வினாடியின் ஒரு துல்லிய பகுதியில் கூட வெட்டி, இணைக்க முடிகிற அந்த நவீன எலக்ட்ரானிக்ஸ் பிரம்மாண்ட யந்திரத்தின் மேஜையை ஆக்கிரமித்திருந்த இளைஞன். "இன்னும் பதினைஞ்சு நிமிஷத்துல முடிச்சுடறேன்." என்றான்.

நிலையத்தின் நிகழ்ச்சித் தொகுப்புகளுக்கு வேறு சில பிரத்யேக அறைகள் உண்டு. வந்தனா போன்ற கேஷுவல் தொகுப்பாளர்களுக்கு, அந்த அறைகளைப் பயன்படுத்த அனுமதி கிடைக்காது. ப்ரோக்ராம் எக்ஸிகியூட்டிவிடம், தான் தயாரிக்கப் போகிற நிகழ்ச்சி இப்படிப்பட்டது என்று பேசிக் கொண்ட பிறகு செயல்பட்டு, எடிட் செய்து, கேஸட்டைக் கொடுத்தாலும், அது ஏற்கப்பட வேண்டும் என்று கட்டாயமில்லை.

சும்மா அமர்ந்திருக்கப் பிடிக்காமல் வந்தனா மேனன் சாரைப் பார்த்து, தனக்கு வந்த கடிதங்களைப் பெற்று வரத் தீர்மானித்து எழுந்து நடந்தாள்.

'உங்கள் நிகழ்ச்சித் தொகுப்பு அருமையாக இருந்தது. கோழிப் பண்ணை அதிபரை நீங்கள் கேள்வியில் சரியானபடி திணறடித்தீர்கள். திரைப்படப் பாடலை ஒலிபரப்பும் போது நீங்கள் சொல்லும் ஒரு வரி கமெண்ட் தூள். உங்கள் குரல் இவ்வளவு இனிமையாக இருக்கிறதே, என்ன சாப்பிடுகிறீர்கள்?' இப்படியாக ஏதாவது எழுதுவதற்கு என்று கார்டும் பேனாவுமாக அலையும் நிறையப் பேருக்கு நேரம் இருக்கிறது. இந்தக் கடிதங்களில் எப்போதாவது சில மணியான கருத்துகளும், யோசனைகளும் கிடைப்பதுண்டு.

கேரளாவில் ஒரு மெல்லிசைக் குழுவில் பாடும் பாடகி ஒருத்தி, ஒருமுறை வந்தனாவின் உச்சரிப்புகளில் அவளையுமறியாமல்

எங்கெங்கே தவறு செய்கிறாள், அதை எப்படித் திருத்திக் கொள்ளலாம் என்று ஒரு கட்டுரை போலவே எழுதியிருந்தது, இவளுக்கு மிகவும் உபயோகமாக இருந்தது.

வந்தனா, மேனன் நாடக ஒத்திகைக் கூடத்தில் இருப்பதாக அறிந்து, அந்தக் கூடத்திற்கு நடந்தபோது எதிர்ப்பட்ட சிறுமி, "ஆண்ட்டீ!" என்று உற்சாகமாக அழைத்துக் கொண்டே வந்து, இவளைக் கட்டிக் கொண்டாள்.

"ஹலோ சசிகலா!" என்று அந்த ஐந்து வயதுக் குழந்தையைத் தூக்கி அவள் கன்னத்தில் முத்தமிட்டாள் வந்தனா. "நாடகமா? குரல் கொடுத்துட்டியா? அப்பா வரலையா?" என்றாள்.

"பணம் வாங்கப் போயிருக்கார். பேசி முடிச்சுட்டேன். சாக்லேட் எங்கே?" என்றாள் சசிகலா, வந்தனாவின் தாடையைப் பிடித்துக்கொண்டு.

"சாக்லேட், எதுக்கும்மா?"

"பார்த்தீங்களா... மறந்துட்டீங்க. போன தடவை சொன்னீங்களே வாங்கித் தர்றேன்னுட்டு. நீங்க பேட் ஆண்ட்டி." என்று சிணுங்கினாள், தலையைச் சாய்த்து.

"இல்லடா. வா, இப்ப வாங்கித் தர்றேன்." என்று அவளைத்தூக்கிக் கொண்டே நடக்க, சசிகலாவின் அப்பா பாபு எதிரே வந்து, "வணக்கங்க. சசி! கீழே இறங்கு. சின்னக் குழந்தையா நீ?" என்று அதட்டினார்.

"ம்கூம். ஆண்ட்டி சாக்லேட் வாங்கித் தரப்போறாங்களே..."

"என்ன இதெல்லாம்? வம்பு பண்ணாம இறங்கு."

"இருக்கட்டும் சார்! நான்தான் வாங்கித் தர்றேன்னு சொன்னேன். வாங்க, போகலாம். ரெக்கார்டிங் முடிஞ்சிடுச்சில்லே?" என்று சசிகலாவை இறக்கிவிடாமலேயே வெளியே நடந்தாள் வந்தனா.

அவள் அருகில் தொடர்ந்து நடந்த பாபு, தன் கண்ணாடியைக் கழற்றிக் கைக்குட்டையால் துடைத்துக் கொண்டே பேசினார்.

“முடிஞ்சது. ஆனா இனிமே சசிகலாவோட ரேடியோ ப்ரோக்ராம்சைக் கொஞ்சம் கொஞ்சமாகக் குறைச்சிக்கலாம்னு பார்க்கிறேன். வேளச்சேரியிலிலேர்ந்து வந்து போறது சிரமமா இருக்கு. இங்கே வந்த பிறகு திடீர்னு ரெக்கார்டிங் கேன்சல்டுன்னு சொல்லிடறாங்க. இவளோட வந்து போறதில என் வேலை கெடுது. சொந்தச் சமையல் வேற. மேடை நாடகத்திலே முன்னே மாதிரி எனக்கு அதிக வாய்ப்புகள் கிடைக்கிறதில்லை. சினிமாவுக்கு முயற்சி செய்துட்டிருக்கேன், அதுக்கு நாலு பேரைப் போய்ப் பார்க்கணும். பத்துத் தடவை சலாம் போடணும். சசிகலாவோட அலைஞ்சிட்டிருக்கிறதால அதெல்லாம் முடிய மாட்டேங்குது.”

“சசிகலாவுக்கு வாய்ஸ் நல்லா இருக்கு. மாடுலேஷன் பிரமாதம். இந்த வயசிலேயே அற்புதமான கிரகிக்கிற சக்தி. நல்ல எதிர்காலம் இருக்கு சார்! ப்ரோக்ராம் பண்றதை நிறுத்திடாதீங்க ப்ளீஸ்.” என்ற வந்தனா அந்தக் கடையில் பட்டை சாக்லேட் வாங்கிச் சசிகலாவிடம் கொடுத்ததும், அவள் நன்றி சொல்லி இரண்டு கன்னங்களிலும் முத்தமிட்டு விட்டு இறங்கித் தன் அப்பாவுடன் பஸ் ஸ்டாப்புக்கு, திரும்பிப் பார்த்துக் கையசைத்துக் கொண்டே நடந்தாள்.

வந்தனா மீண்டும் உள்ளே வந்து மேனன் சாரைச் சந்தித்து, தனக்கு வந்த கடிதங்களுடன் எடிட்டிங் அறைக்கு நடந்து கொண்டே, அந்த இன்லண்ட் லெட்டரைப் பிரித்தாள். அதில்,

‘என் அருமைக் காதலியே, வந்தனாவே...’ என்று தொடங்கியிருந்தது அந்தக் கடிதம்.

——

6

அத்தியாயம்

கடிதத்தின் அந்த முதல் வரி சுருக்கென்று தாக்க நடப்பதை நிறுத்தி, அவசரமாகப் படிக்கத் தொடங்கினாள் வந்தனா.

'என் அருமைக் காதலியே,
வந்தனாவே...

உன் இனிய குரலை ரேடியோவில் கேட்டுக் கேட்டு, உன்மீதான அன்பு என்னை ஆட்டிப்படைத்தது. உன்னைச் சந்திக்க வேண்டும் என்கிற உந்துதலை ஏற்படுத்தியது. சந்தித்தேன். ஆம் உனக்குத் தெரியாமலேயே. சந்தித்துக் கொண்டுமிருக்கிறேன். நீ ரேடியோ ஸ்டேஷன் வருகிற தினங்களில். நீ என்றைக்கு வருவாய் என்பது தெரிவதில்லை. அதனால் எல்லாத் தினங்களிலுமே வந்து, இரண்டு மணி நேரம் சாலையோரத்தில் காத்திருப்பேன். (ஒரு நாள் ஐந்து

மணி நேரம் காத்திருந்தேன்) உன்னைப் பார்த்ததும் காத்திருந்த அலுப்பு கரைந்து போய்விடும். தப்பு! உன்னைப் பார்ப்பதற்காகக் காத்திருப்பதை அலுப்பு என்று குறிப்பிட்டது தப்பு. அது ஒரு தனிச் சுகம்.

வந்தனா! என் உறக்கத்தைக் கெடுப்பவளே! இப்படி உனக்காக ஒரு ஜீவன் உருகிக் கொண்டிருப்பதை நீ அறிவாயா? நீ எவ்வளவு எளிமையாக உன்னை அலங்கரித்துக் கொண்டாலும் உன் அழகு பார்ப்பவர் மனங்களை அடித்துப் போடுவதை நீ உணர்ந்திருக்கிறாயா?

வந்தனா! நான் உன்னைக் காதலிக்கிறேன்... ஆகாயம் அளவுக்கு, கடல் அளவுக்கு, முடிவே இல்லாத இந்த பிரபஞ்சத்தின் அளவுக்கு, கடந்த ஆறு மாதமாக நான் உன் கடைக்கண் பார்வை என்மேல் விழாதா என்று ஏங்கித் தவித்து, தைரியம் பெற்று இக்கடிதம் எழுதுகிறேன்.

வந்தனா! நீ என் காதலை ஏற்றுக்கொள்வாயா? ப்ளீஸ்... என்னை நிராகரித்து விடாதே. என்னால் அதைத் தாங்க முடியாது. எவ்வளவு கற்பனைகளை மூட்டை மூட்டையாகச் சுமந்திருக்கிறேன் தெரியுமா? நீயும் நானும் மட்டும் கைகோத்துக் கடற்கரை மணலில் கால்கள் புதையப் புதைய ஓட வேண்டும். கொட்டுகிற மழையில் ஒருவருக்கு மற்றவர் குடையாகிச் சுதந்திரமாகப் புரள வேண்டும். உன் சிறிய அதரங்களில் என் துடிக்கும் அதரங்களால் கவிதை வடிக்க வேண்டும். நினைக்கவே சிலிர்க்கிறது.

வந்தனா! பதினைந்தாம் தேதி மாலை ஐந்து மணிக்குக் காந்தி சிலையருகே உனக்காகக் காத்திருப்பேன். உன்னைக் கட்டாயம் எதிர்பார்க்கிறேன். சிவப்பு நிறத்தில் கறுப்புப் பட்டைகள் போட்ட சூரிதார் உன்னிடம் உள்ளதே, அதை நீ அணிந்து வந்தால் என் காதலை நீ ஏற்றுக் கொண்டதாக அர்த்தம். நானே வந்து அறிமுகப்படுத்திக் கொண்டு

பேசுவேன். ப்ளீஸ்! என்னை ஏமாற்றிவிடாதே டார்லிங்! உனக்காக மூன்று மணியிலிருந்தே காத்திருப்பேன்.

உன் காதலன்,
ஆனந்த்.'

படித்து முடித்ததும் வந்தனாவின் முகம் சிவந்து. உஷ்ணமாயிற்று. லேசான படபடப்பு வந்தது. காதலாம். வரிக்குவரி காமம் கொப்பளிக்கிறது. தேர்ந்தெடுக்கப்பட்ட மயக்கமான வார்த்தைகள்!

இது காதல் கடிதம் அல்ல! தூண்டில் முள்ளில் மாட்டின மண்புழு! மீன் வந்து மாட்டினால் லாபம், மாட்டவில்லையென்றால் எந்த நஷ்டமுமில்லை.

குரலைக் கேட்டானாம். காதல் பீரிட்டதாம். நேரில் பார்த்தானாம். தினம் காத்திருந்தானாம். உருகுகிறானாம். கண்டதும் காதல் கொள்ள நான் காவிய சீதை! இவன் காவிய ராமன்? இடியாட்டிக்! வரிக்குவரி தாலி கட்டின பெண்டாட்டியை அழைப்பதுபோல, நீ, உன்னை என்று உரிமை காட்டியுள்ள திமிர் பிடித்த இவனை...

இந்தக் கடிதம் ஒரு ரகசிய அவமானம்! 'வர்றியாடி?' என்று கையைப் பிடித்து இழுப்பதற்கும் இதற்கும் என்ன அதிக வித்தியாசம்? கொஞ்சம் அலங்காரமான வார்த்தைகளில் அதே 'வர்றியாடி' தான்.

யாராவது ஓர் ஆண் கடிதம் எழுதி அழைக்கமாட்டானா என்று ஏக்கமாக எல்லாப் பெண்களும் அலைந்து கொண்டிருப்பதாக இவனுக்கு நினைப்பா? அதென்னது, கவிதையா? ராஸ்கல்!

வந்தனா அந்தக் கடிதத்தைப் புரட்டிப் புரட்டிப் பார்த்தாள். அவன் விலாசம் இல்லை. இன்றைக்குத்தான் அவன் குறிப்பிட்டிருக்கும் தேதி பதினைந்து என்பது நினைவுக்கு வந்தது.

வருவான். கண்டிப்பாக வருவான். இவனைச் சந்தித்தேயாக வேண்டும். சந்தித்து... என்ன செய்யலாம் இவனை?

சுத்தபத்தமாகக் குளிப்பதற்கு அடுத்த மழை அல்லது அடுத்த அக்டோபர் இரண்டாம் தேதியை எதிர்பார்த்துக்கொண்டு மகாத்மா நின்றிருந்தார். அருகே சலவை உடையும், மாலை நேரத்திற்கு அவசியமில்லாத குளிர் கண்ணாடியும், பற்றவைத்த சிகரெட்டுமாக அவன் அமர்ந்து காத்திருந்தான். தூரத்தில் அலைகள் ரிலே ரேஸ் நடத்திக்கொண்டிருந்தன.

சிலையை நோக்கிச் சிவப்புச் சூரிதாரில் நடந்துவரும் வந்தனாவைப் பார்த்ததும் அவன் உற்சாகமானான். எழுந்துகொண்டான். கைக்குட்டையால் முகத்தை ஒற்றிக்கொண்டான். வந்தனா ஒரு சிமெண்ட் பெஞ்சில் அமர்ந்ததும், இவன் அணுகினான். செருமினான். அவள் அருகில் அமர்ந்தான்.

"வந்தனா! எனக்கு ரொம்ப சந்தோஷம்." சிகரெட்டை விரலில் சுட்டுக்கொண்டு உதறினான். மெஜாரிட்டி பற்களை வெளிப்படுத்தினான்.

"நீங்கதான் ஆனந்தா?" என்றாள் வந்தனா அமைதியாக.

"ஆமாம். இங்கே வேணாம். வர்றியா, உள்ளே கடல் பக்கத்திலே போய் உட்கார்ந்து பேசலாம்."

"பேசலாம். வெய்ட். ஆனந்த், உங்க லெட்டரைப் படிச்சதும் எனக்கு உள்ளங்கால்லேர்ந்து உச்சந்தலை வரைக்கும் ஒரே... அதென்ன சொல்வாங்க...? ம், புளகாங்கிதம்!"

"எனக்குத் தெரியும், நீ கண்டிப்பா என் காதலை ஏத்துக்குவேன்னு."

"சரி, நீங்க என்னைக் காதலிக்கிறீங்க. அப்படித்தானே?"

"ஆமாம்."

"நீங்க யார்? என்ன மொழி, என்ன வேலை, என்ன சம்பளம், எங்கே வீடு, என்ன குணம் - இது எதுவுமே தெரிஞ்சுக்காமலே

நானும் உங்களைக் காதலிச்சாச்சு. இப்ப அடுத்தது என்ன? கல்யாணம் தானே?"

"ஆமாம் டார்லிங்."

"நான் மேஜர். யாரையும் கேட்க வேண்டியதில்லை. காந்தி தான் தெய்வம். கமான், இந்தாங்க..." என்று தன் கைப்பையில் இருந்து மஞ்சள் கயிற்றை எடுத்து அவனிடம் நீட்டினாள். "கட்டுங்க. என் கழுத்திலே கட்டுங்க."

அவன் வெலவெலத்துப் போய் எழுந்தேவிட்டான். முகம் உடனே வியர்த்து, 'இது வேறு மாதிரி டைப் போலிருக்கிறதே' என்று உணர்ந்து தடுமாற...

"என்னடா முழிக்கிறே? கட்டவேண்டியது தானேடா?" என்று திடீரென்று அவன் சட்டையைக் கொத்தாகப் பிடித்த வந்தனா "பொம்பளைன்னா அவ்வளவு எளக்காரமாப் போச்சா? பிஸ்கெட்டைப் போட்டு கூப்பிடற நாய்னு நெனச்சியா? சொக்கிச் சொக்கி கொக்கி போட்டு எழுதிட்டா, இளிச்சுக்கிட்டு வந்துடுவா, இலவசமா அனுபவிக்கலாம்னு பார்த்தியா? யூ ஸ்கவுண்ட்ரல்!"

அங்கங்கே தூரத்தில் இருந்தவர்கள் திரும்பிப் பார்க்க, சிலர் நெருங்கி வர, அவன் அவசரமாக, "சிஸ்டர்! ஸாரி. கையை எடுங்க. நான் போய்டறேன். எல்லாரும் பார்க்கிறாங்க." என்றான்.

"ஒரே செகண்ட்ல காதலி சிஸ்டராயிட்டாளா?"

இப்போது அங்கே ஒரு சிறிய கூட்டம் வட்டமாகக் கூடத் தொடங்கியிருந்தது.

"பிறகு?" என்றான் கோபி. மொட்டைமாடியில் சிவப்புச் சதுரக் கற்கள் பரப்பிய தளத்தில், மூங்கில் நாற்காலியில் அமர்ந்திருந்த கோபி, தன் மடியில் குழந்தை திவ்யாவை வைத்திருக்க, அது அவனது செயின் டாலரை எடுத்துச் சப்பிக் கொண்டிருந்தது.

அருகே சுவரில் சாய்ந்து முழங்கால்களைக் கட்டிக்கொண்டு அமர்ந்திருந்த வந்தனா, "போலீஸ் பூத்ல புகார் எழுதிக் கொடுத்தேன். அவன் எழுதிய லெட்டரையும் கொடுத்தேன்.

நியூசென்ஸ் கேஸ்ல புக் பண்றதா இன்ஸ்பெக்டர் சொன்னார். என்னை அப்படி முறைச்சான் அவன். பட் ஐ டோண்ட் கேர்.”

“அவ்வளவு தூரத்துக்கு நீ போயிருக்கணுமா வந்தனா?”

“நான் செஞ்சதிலே என்ன தப்பு கோபி?”

“தப்புன்னு சொல்லலை. அவசியமான்னு கேட்டேன். அந்த லெட்டரை நீ கிழிச்சுப் போட்டுட்டு உன் வேலையைப் பார்த்திருந்தால் பிரச்னை முடிஞ்சது.”

“அதெப்படி முடியும்? மறுபடி எழுதுவான். நேர்ல வழிமறிப்பான். அவன் எழுதினது மோசமான காரியமா உனக்குப்படலையா?”

“அவனுக்குப் பக்குவம் இல்லை. இனக்கவர்ச்சிக்கும், காதலுக்கும் வித்தியாசம் புரியலை. அவசரப்பட்டுக் குறுக்கிட்டான்.”

“பேத்தாதே. இது இனக்கவர்ச்சியுமில்லை... காதலுமில்லை. உடம்புத் திமிர். ஆம்பளைக்கே உள்ள ஒரு தனித் திமிர். பாரேன். நீயே அவனுக்குப் பரிதாபம் காட்டறியே... ஏன்? உன் இனம்.”

“சேச்சே! உளறாதே. உன் நடவடிக்கை அதிகமோ என்கிறதுதான் என் யோசனை. அவன் செஞ்சது நியாயம்னு நான் சொல்லலை.”

“கோபி! யாராச்சும் காதல்ன்னு பேசினாலே எனக்குப் பொசபொசன்னு வருது. ஏன்னா, யாரும் அதைப் புரிஞ்சு பேசறதில்லை. வித்யா நினைப்புத்தான் வருது. சேலையை உத்தரத்திலே கட்டித் தொங்கினதைக் கண்ணால பார்த்துத் தொலைச்சுட்டேனா, அவளை நினைத்தால் அந்தக் காட்சிதான் மனசுல வருது. ஸ்கூல்லேர்ந்து ஒண்ணாப் படிச்சவ. எவ்வளவு விஷயத்தைப் பரிமாறிக்கிட்டோம்! லவ் பண்றேன்னு அவ சொன்னதுமே எச்சரிச்சேன்.‘என் காதலர் உத்தம சிகாமணியாக்கும், அம்பிகாபதிக்குப் பிறகு இவர்தான் பெஸ்ட்டாக்கும்’னு உருகினா. வயத்தில குழந்தையைக் கொடுத்துட்டு, கவர்ல கேப்ஸ்யூல்ஸ் வாங்கிக்கொடுத்துட்டு, துபாய்ல வேலைன்னு மறைஞ்சுட்டான்.

இந்த மக்கு நீட்டா தூக்கிலே தொங்கிட்டா. மூணு தங்கச்சிங்க கல்யாணம் ஆகாமே நிக்கிறாங்க. வர்றவனெல்லாம் அக்கா வரலாறு கேட்டுட்டு யோசிக்கிறான். காரணம் என்ன? அவனோட முதல் வலைவீச்சிலேயே இவ கிறங்கிப் போய் விழுந்தது தான். எனக்கு லெட்டர் எழுதினானே அயோக்கியன் அவனுக்கு வித்யா மாதிரி ஓர் அசடுதான் வேணும். காதலிக்கிறானாம். ராஸ்கல்!"

வந்தனாவையே பார்த்தான் கோபி. ஏதோ சொல்ல வாயெடுத்தான். பிறகு அதைச் சொல்லாமல் மௌனமானான். வந்தனா தன் படபடப்புக் குறையாமல் மேலும் பொறிந்து கொண்டேயிருந்தாள்.

குப்தாவின் கடையில் இருந்த வந்தனா போன் செய்தாள்.

"மிஸ்டர் அரவிந்துடன் நான் பேசமுடியுமா?" என்றாள் ஆங்கிலத்தில்.

சில விநாடிகளில் அரவிந்த் 'ஹலோ' சொன்னதும், "சார்! நான் - வந்தனா பேசறேன். உங்க பேட்டி இருபத்தி இரண்டாம் தேதி மத்தியானம் இரண்டே முக்காலுக்கு ஒலிபரப்பாகுது."

"அதாவது எல்லாரும் சாப்பிட்டுட்டுத் தூங்கிக்கிட்டு இருக்கிறபோதா? ஓக்கே. சும்மா தமாஷுக்குச் சொன்னேன். தேங்க் யூ மிஸ். வந்தனா! உங்ககிட்ட ஒரு முக்கியமான விஷயம் இருக்கு. உங்களை நான் சந்திக்கணுமே..." என்றான் அரவிந்த். 'அப்படியானால் அரவிந்த் என்னை விரும்புகிறாரா என்ன?'

——

7

அத்தியாயம்

"என்ன விஷயமா என்னைச் சந்திக்கணும்?" என்றாள் வந்தனா.

"நேர்ல விரிவாகச் சொல்லலாம்னு விரும்பறேன்." என்றான் அரவிந்த்.

"உங்க ஆபீசுக்கு வரட்டுமா?"

"ஆமாம். இன்னிக்கு எத்தனை மணிக்கு உங்களுக்குச் சௌகரியப்படும்?"

"ஈவினிங் நாலு மணிக்கு."

"சரி வாங்க..."

வந்தனா போனை வைத்துவிட்டு இன்வாய்ஸ் டைப் செய்யத் தொடங்க, அருகில் குப்தா குண்டூசியால் பல் குத்திக்கொண்டே செக்குகளில் கையெழுத்திட்டுக் கொண்டிருந்தான். பேங்க்கிற்குப் புறப்படும் தோதில் கக்கத்தில் தோல்பையுடன் பெத்த நாய்னா அவனுக்காகக் காத்திருந்தார்.

குப்தா பேனாவை மூடிவிட்டு நிமிர்ந்தான்.

"ஏமி பெத்த நாய்னா? பத்திரமா கொண்டாந்துடுவீங்களா?"

அவர் செப்படி வித்தைக்காரனின் உதவியாள் போல் உடனே ஆமோதிப்பதாகத் தலையசைத்தார்.

“இருங்க” என்றான்.

“வந்தனா! இக்கட ராம்மா” என்று அழைத்து, “அம்பதாயிரம் ரூபாய் பேங்கிலிருந்து எடுக்கணும். நீயும் இவரோட போய்ட்டு ஒஸ்த்தாவா? பெருமாள் மாடு மாதிரி தலையாட்டுதுரு. வெனக கோட்டை விட்டுடுவாரு. ரெண்டு பேருமா போங்க. ஆட்டோவில் போங்க.”

ஆட்டோவில் செல்லும்போது வந்தனா அவரைக் கேட்டாள். “பெத்த நாய்னா சார்! குப்தா எப்பவும் உங்களை விரட்டிக்கிட்டே இருக்கார். மட்டம் தட்டிக்கிட்டே இருக்கார். உங்களுக்கு கோபமே வர்றதில்லையா?”

பெத்த நாய்னா வழக்கம் போல் தன் மீசைக்குள் சிரித்து விட்டு, “குப்தாவோட அப்பா எனக்குத் தம்பி முறை வேணும்மா. அவருக்கு நான் எவ்வளவோ கடன்பட்டிருக்கேன். பணமா இல்லை. பாசமா... தத்தாரி மாதிரி நான் திரிஞ்சிட்டிருந்தேன்! ஒரு காலத்தில. அப்போ என் குடும்பத்தைக் காப்பாத்தினது குப்தாவோட அப்பாதான். இப்ப சொல்றதுக்கு என்ன, எவ்வளவு காசு கிடைச்சாலும் சூதாடித் தோத்துட்டு வந்து நிப்பேன். என் வீட்டையே விக்க வேண்டிய நிலைமை வந்தப்போ குப்தாவோட அப்பா தான் கைகொடுத்தாரு. அதிலேர்ந்து சூதாட்டத்தை விட்டேன். குடும்பத்தை நினைக்க ஆரம்பிச்சேன். அவ மகராசியா போய்ச் சேர்ந்துட்டா. ரெண்டு பொம்பளைப் பிள்ளைங்களையும் கட்டிக் கொடுத்துட்டேன். மாப்பிள்ளைங்க தங்கம். அவங்களோட வரச் சொல்லிக் கூப்பிடறாங்க. எனக்குத்தான் இஷ்டமில்லை. குப்தா வீட்டிலேயே தங்கிட்டு சேவகம் பண்றேன். குப்தா சும்மா அப்படி வெரட்றானே தவிர, என் மேல் அவ்வளவு பாசம் உண்டு!”

திரும்பி வந்தனாவின் கண்களில் கலக்கத்தைப் பார்த்த பெத்தநாய்னா. “என்னம்மா, எதுக்கு நீ கண் கலங்கறே?” என்று கேட்டார்.

“எங்கப்பா நினைவு வந்திச்சு.”

“ரொம்ப பாசமா இருந்தவராம்மா?” வந்தனா சட்டென்று சிரித்தாள். “ஏம்மா சிரிக்கிறே?”

“இந்தியாவுக்கு ஆகஸ்ட் பதினைஞ்சுன்னா, எங்க குடும்பத்துக்கு மட்டும் ஏப்ரல் பத்தொன்பதுதான் சுதந்திர நாள் சார்.”

“ஏன், அன்னிக்கு என்ன?”

“அன்னைக்குத்தான் எங்கப்பா நீலகண்டன் இறந்த நாள். அப்படி ஒரு கேரக்டரை நீங்க பார்த்திருக்கவே முடியாது. நீங்க ஒரு கட்டத்தில சூதாட்டத்திலேர்ந்து திருந்தினதாச் சொன்னீங்களே. அவர் கடைசித் துடிப்பு நிக்கிற வரைக்கும் திருந்த நினைச்சது கூட இல்லை. வயசுக்கு வந்த ரெண்டு பொண்ணுங்க வீட்ல இருக்கிறப்போ தன் ஆசைநாயகியை வீட்டுக்குள்ளே கொண்டு வந்து வச்சுக்கிட்ட அப்பாவை நீங்க கேள்விப்பட்டிருக்கீங்களா?”

“அட கண்றாவியே! பிறகு?”

“அவளுக்கும் சேர்த்துச் சமையல் செஞ்ச காவிய மனைவி எங்கம்மா! நானும், என் தங்கையும் ஹாஸ்டல்ல போய்த் தங்கினோம். எங்கப்பாவோட ரெண்டு வருஷம் நான் பேசவே இல்லை. வாதம் வந்து செத்தப்போ, எனக்கு ஒரு சொட்டுக் கண்ணீர்கூட வரலை. இன்னும் கொஞ்சம் நரக வேதனை எல்லாம் பட்டுட்டுச் செத்திருக்கக் கூடாதான்னுதான் இருந்தது. ச்சே! சரியான சுயநலம் பிடிச்ச இனம் சார் உங்க இனம்.”

“உங்கப்பனைச் சொன்னே, நியாயம்! இப்படி பொத்தாம் பொதுவா எல்லாருமே அப்படின்னு சொன்னா எப்படி? பொம்பளையால் கெட்ட குடும்பம் எத்தனை காட்டட்டும் உனக்கு?”

“பார்த்தீங்களா, உடனே ரோஷம் வந்து வாதம் பண்ண ஆரம்பிச்சிட்டீங்க. வேணாம் இது பெரிய வாதம். இலேசிலே முடியாது. என்னைப் பொறுத்தவரைக்கும் எப்படா பொணம் விழும்னு பறந்திட்டிருக்கிற கழுகு மாதிரிதான் அனேகமான ஆம்பிளைங்க இருக்காங்க.”

பாங்க் வாசலில் ஆட்டோ நிற்க. இருவரும் இறங்கிக்கொண்டார்கள்.

◈◈◈

க்ரீம் கலர் சூட்டில் இருந்தான் அரவிந்த். மேசை மேல் வைக்கப்பட்ட சூடான காப்பியை, இரண்டு கைகளாலும் ஏந்தி, மிகவும் நிதானமாகப் பருகி முடித்து, பீங்கான் கோப்பையை வைத்து விட்டு, உதடுகளை ஒற்றிக் கொண்டாள் வந்தனா.

அரவிந்த் தன் கோப்பையுடன் எழுந்துகொண்டு அருகில் ஜன்னலின் பிளாஸ்டிக் திரையின் குமிழை இழுத்ததும், பட்டை பட்டையாகத் திரை பிரிந்து கொள்ள, கண்ணாடி தாண்டி மாலை வெளிச்சம் உள்ளே வந்தது.

“மிஸ். வந்தனா! நம்ம சந்திப்புக்குப் பிறகு ரேடியோவிலே உங்க குரலை விடறதேயில்லை. நிகழ்ச்சி எவ்வளவோ ‘போரா’ இருந்தாலும் உங்க குரல் அதைத் தூக்கி நிமிர்த்திடுது. என்னோட விளம்பர ஏஜெண்டைக் கூப்பிட்டு உங்க குரலைப் போட்டுக் காட்டினேன். வித்தியாசமான, கவர்ச்சிகரமான உச்சரிப்புன்னு அவரும் பாராட்டினார். விளம்பரங்களுக்குப் பின்னணிக்குக் குரல் கொடுக்க உங்களுக்கு விருப்பமுண்டான்னு கேட்கத்தான் வரச் சொன்னேன்.”

“ரேடியோவில் நான் வேலை செய்யறது ஒரு பொழுதுபோக்கு மாதிரிதான் சார்! என் குரலை வியாபாரமாக்கச் சிந்திச்சதில்லை.”

“அதில தப்பு என்ன இருக்கு? உங்க குரல் உங்களுக்கு ஒரு சொத்து. சினிமான்னா தன்மானம் பாதிக்க வாய்ப்பு இருக்கு. விளம்பரத்துறையில் உங்களுக்குரிய மரியாதை நிச்சயமாகக் கிடைக்குமே. எங்க கம்பெனிக்காகப் புதுசா விளம்பரப் படம் எடுத்திருக்கோம். இருபது செகண்ட். அதுக்கு உங்க குரலைப் பயன்படுத்தணும்னு நான் ஆசைப்படறேன். ரெண்டு மணி நேரம் கூட ஆகாது... நான் வற்புறுத்தலை; யோசிச்சுச் சொல்லுங்க.”

மறுநாள் பதில் சொல்வதாகச் சொல்லி எழுந்துகொண்டாள் வந்தனா.

"உங்களுக்கு வீடு எங்கே?"

"திருவல்லிக்கேணில."

"நான் அந்தப் பக்கம்தான் போறேன். வாங்க, உங்களை ட்ராப் செய்துடறேன்."

தன் கார் சாவியுடன் எழுந்துகொண்டான் அரவிந்த்.

"நோ, தேங்க்ஸ். நான் என் சைக்கிள்ள வந்திருக்கேன்." என்று கைகுவித்து விட்டு வந்தனா வெளியேறி நடக்க... அரவிந்த் சற்று கழித்து வந்து தன் காரில் அமர்ந்தான்.

அந்தச் சிறிய, குளிரூட்டப்பட்ட அறையில் பதினாறு எம். எம். திரையில் அந்த விளம்பரப்படம் ஓட, தலையில் ஹெட்போன் அணிந்த வந்தனா படத்தில் அந்தப் பெண் தன் கணவனிடம் பேசுகிற காட்சியில், தன் வசனத்தை ஏற்ற இறக்கத்துடன் பேசினாள்: "பெருமாள் மாடு மாதிரி தலையை ஆட்டாம சீக்கிரமா போய்த் தயாள் அண்ட் கோ பிரஷர் குக்கர் வாங்கிட்டு வாங்க. அப்பத்தான் உங்களுக்கு ராத்திரிக்குச் சோறு. புரிஞ்சுதா? கிளம்புங்க."

மூன்றாவது முறை பேசியது ஓக்கேயானதும் புன்னகையோடு அரவிந்த் அமர்ந்திருந்த நாற்காலியருகே வந்தாள் வந்தனா.

"எங்கள் விளம்பரங்களில் பொய் இருக்காதுன்னு சொல்லிட்டு, இன்னைக்கு இவ்வளவு பெரிய பொய் பேசச் சொல்றீங்களே, சார்!"

"இந்த வசனத்துலே எது பொய்?"

"எந்த வீட்ல பொண்டாட்டி தன் புருஷனை இவ்வளவு தூரம் விரட்டறா? இதே மாதிரி நிஜ வாழ்க்கையில சொல்வாளா ஒரு பொண்டாட்டி? 'என்னடி விரட்டறே, எனக்குத் தெரியும் எப்ப வாங்கித் தர்றதுன்னு' அப்படின்னு அதட்ட மாட்டான்?"

"உண்மைதான். விளம்பரத்துல மிகையா, வித்தியாசமா இருந்தால் கவனிக்கிறாங்க. ரசிக்கிறாங்க. அதுக்காகத்தான்

இப்படி. அட! கற்பனையிலேயாவது எதிர்த்துப் பேசட்டுமே... ஏன் மேடம்! பெண்கள் முன்னேறியிருக்காங்களா நிஜமா?"

பையன் கொண்டு வந்த குளிர்பானத்தை வேண்டாம் என்று கூறிவிட்டு வந்தனா, "ஆமாம்னு சொல்லலாம். இல்லைன்னும் சொல்லலாம். எது முன்னேற்றம்ங்கிறதே நிறையப் பேருக்குப் புரியலை. ஆணுக்குச் சமமா வேலை பார்க்கிறதும், நாகரிகமா உடுத்திக்கிறதும் முன்னேற்றமா? இப்பவும் பெண் யாரையாவது சார்ந்திருக்கிறவளாகத் தான் வளர்க்கப்படறா... பிரியாணிக்காகவே ஆடு வளர்க்கிற மாதிரி பல வீடுகளிலே பெண்களைக் கல்யாணத்துக்காகவே வளர்க்கிறாங்க சார். அவளுக்குக் கல்யாணத்தைத் தவிர வேற லட்சியங்களையே ஏற்படுத்தறதில்லை. சரி, அதே கனவுகளோட கற்பனைகளோட வளர்றாளே, கல்யாணம்னு வர்றப்போ அவ விருப்பத்தை எத்தனை பேர் கேட்கிறாங்க? அவ புருஷனை நிச்சயிக்கிறது வரதட்சணை. பெண்கள் முன்னேறிட்டதா இருந்தால் தற்கொலைகளோ, ஸ்டவ் வெடிப்புகளோ இவ்வளவு அதிகமாகலாமா? பொறக்கிறப்பவே எக்கச்சக்கமா கோழைத்தனத்தையும் சுமந்துக்கிட்டுப் பொறக்கிறா. என் பிரெண்டு ஒருத்தி காதலன் ஏமாத்திட்டார்ன்னு தூக்கிலே தொங்கினா. அவ குடும்பம் சீர்குலைஞ்சு நிக்குது. அவன் ஜாலியா அடுத்து ஏமாந்தவ எவ மாட்டுவான்னு அலைஞ்சிக்கிட்டிருப்பான். திமிர்பிடிச்ச பசங்க."

"என்னங்க இவ்வளவு உணர்ச்சிவசப்பட்டுட்டீங்க? பொதுவாகத் திட்டாதீங்க. நான் எல்லாம் பெண்ணை மதிக்கிறவன் மேடம்! அவங்க சிரமங்களை அனுதாபத்தோட பார்க்கிறவன். என் கம்பெனிகளிலே பெண் தொழிலாளர்களுக்கு எவ்வளவு சலுகைகள் கொடுத்திருக்கேன் தெரியுமா?"

தன் கைப்பையை எடுத்துக்கொண்ட வந்தனா, "நான் புறப்படட்டுமா?" என்றாள்.

"இருங்க." என்று அரவிந்த் தன் பிரீஃப்கேஸை, மடியில் வைத்துத் திறந்து செக் புத்தகம் எடுத்து அவள் பெயரை எழுதி,

தொகை நிரப்பி, கிழித்து நீட்டிய செக்கை வாங்கி வியந்தாள். “ரெண்டாயிரமா?” என்று!

“உங்க குரலுக்கு எவ்வளவும் கொடுக்கலாம்!”

“நோ! நான் விசாரிச்சேன். இந்த மாதிரி வேலைகளுக்கு மற்ற ஆர்ட்டிஸ்ட்களுக்கு ஐந்நூறு ரூபாய்க்கு மேல தர்றதில்லைன்னு சொன்னாங்க. எதுக்காகப் பின்னே இவ்வளவு தர்றீங்க?”

“ஜஸ்ட்... ஒரு பிரியத்தின் பேரிலேன்னு வச்சுக்கங்களேன். வாங்கிக்கங்க. உங்க குரல் எனக்கு நிறையச் சம்பாதிச்சுக் கொடுக்கும்.”

“பரவாயில்லை, எனக்கு ஐந்நூறு ரூபாய்க்குச் செக் எழுதுங்க, வாங்கிக்கிறேன்.”

அரவிந்த் சிரித்துக்கொண்டே வேறு செக் எழுதிக்கொடுத்தான். வந்தனா அதைப் பெற்றுக்கொண்டு போனதும் எழுந்து தன் விளம்பர ஏஜென்சி நண்பனிடம் சொல்லிக்கொண்டு வெளியேறி காருக்கு வந்தான், காரில் கேஸட் கேட்டுக்கொண்டிருந்த கிருஷ்ணன். “வந்தனாவுக்கு நவீன கண்ணகின்னு பேர் சூட்டியிருக்கேன்ப்பா. ‘வாங்க, வீட்டில விட்டுடறேன்’ன்னு சொன்னேன். முறைச்சிட்டுப் போறாப்பா.” என்றான்.

அரவிந்ந் அமர்ந்து ஸ்டார்ட் செய்து, “கிருஷ்ணா! எனக்கு அவளோட தன்மானம் பிடிச்சிருக்கு. தன் மேல் வைச்சிருக்கிற நம்பிக்கை பிடிச்சிருக்கு. ஆர்ப்பாட்டமில்லாத அறிவும், அடக்கமான அழகும் பிடிச்சிருக்கு.” என்றான்.

“ஏதுக்காக பிச்சுப் பிச்சுச்சொல்லிகிட்டு? வந்தனாவை உனக்கு மொத்தமாப் பிடிச்சிருக்கு. அப்படித்தானே?” என்ற கேள்விக்கு அரவிந்த் தலையசைத்துக் காட்டி “ஆமாம்” என்றான், நிதானமாக.

——

8

அத்தியாயம்

நிதானமாக ஓடிக்கொண்டிருந்தது, கார். கேஸட்டில் புல்லாங்குழல் இசை மெலிதாக ஒலித்துக் கொண்டிருந்தது. அரவிந்த் சாலையைப் பார்த்துக் கொண்டே, "என்ன கிருஷ், பதிலையே காணோம்?" என்றான்.

கிருஷ்ணன் முடிந்த சிகரெட்டை வீசுவதற்கு முன்பாக ஒரு கடைசி முயற்சி செய்துவிட்டு, "நீ எந்தக் கேள்வியும் கேக்கலையே" என்றான்:

"வந்தனாவை எனக்குப் பிடிச்சிருக்குன்னு சொன்னேன்."

"கா'வில் ஆரம்பிக்கிற மூணெழுத்து சமாசாரமாக்கும்?"

"வச்சுக்கலாம். வொய் நாட்?"

"உன்னைப் பார்த்து நான் பரிதாபப்படறதா கவலைப்படறதான்னு எனக்குத் தெரியலை."

"ஏன் அப்படிச் சொல்றே?"

"உன் அந்தஸ்து என்னன்னு மறந்துடறே அடிக்கடி. உனக்கு

எப்படிப்பட்ட குடும்பங்கள்லேர்ந்தெல்லாம் பொண்ணு கொடுக்கத் தயாரா இருக்காங்கங்கிறதை எல்லாம் மறந்துடறே. பணம் பஞ்சத்தோட சேரக் கூடாதுடா முட்டாள்! பணத்தோட தான் சேரணும், வேணும்னா ரொம்ப ஆசைப்பட்டா, பஞ்சத்தை மஞ்சம் வரைக்கும் கொண்டாந்து பார்த்துட்டு டாட்டா காட்டிடணும்."

"கிருஷ்ணா! இப்படி அபத்தமா பேத்தறதா இருந்தா இனிமே எதையுமே சீரியஸா உன்கிட்டே பேசப்போறதில்லை நான்."

"அதைத்தான் நானும் படிச்சுப் படிச்சுச் சொல்றேன். எதையுமே சீரியஸா எடுத்துக்காதே. உணர்வுகளை அக்கு வேறே, ஆணி வேறேயா பிரிச்சி அலசிப் பார்த்தா சுயரூபம் தெரியும். அது கொஞ்சம் அசிங்கமா இருக்கும். ஆனா அதுதான் உண்மை. எப்பவும் உண்மைகள் அழகா இருக்கிறதில்லை. நாம தான் மெனக்கெட்டு வார்த்தைகளால சட்டை தைச்சு மாட்டி அழகுபடுத்தறோம்."

"இந்த உளறலுக்கு என்னடா அர்த்தம்?"

"வந்தனா மேல உனக்கு ஏற்பட்டிருக்கிறதுக்குப் பேரு காதல் இல்லை, அதுக்குப் பேரு ஆசைன்னு, அர்த்தம்."

"சரி, ஆசைன்னே வச்சிக்க என்ன வித்தியாசம்?"

"ஏராளம். இந்த ஆசை இருக்கே. அது அதிக அளவு உடம்பு சம்பந்தப்பட்டது. நரம்பு சம்பந்தப்பட்டது. நீ வந்தனாவைச் சந்திக்க விரும்பறே, தனியா, அந்தரங்கமா, உன் படுக்கையில. அதான் உண்மையோ உண்மை."

கிற்ர்ரீச் என்று பிரேக் அடித்துச் சாலையின் ஓரமாகக் காரை நிறுத்தினான் அரவிந்த்.

"கிருஷ்! உனக்கு எதிலயும், எப்பவும் வக்ரமான சிந்தனை! நீ இதே மாதிரிதான் தொடர்ந்து பேசப் போறேன்னா, ப்ளீஸ் இறங்கிக்க. என்னோட இப்போதைய நல்ல மனநிலையைக் கெடுத்துக்க நான் விரும்பலை."

"ஸாரிம்மா. என் பாலிசியைப் பல பேர் உடனடியா ஏத்துக்கறதில்லை. ரைட், நான் வாயை மூடிக்கிறேன். நீ என்ன சொல்லணுமோ, சொல்லு."

கார் மீண்டும் புறப்பட்டது.

"கிருஷ்! நீ நினைக்கிற மாதிரி எல்லாம் இல்லைடா. எனக்கு வசதிக்குப் பஞ்சமில்லை. என் மனசுக்கு ஏத்த மனைவியா வந்தனா இருப்பான்னு உள்ளுணர்வு சொல்லுது. அந்தஸ்து எக்செட்ரா, எக்செட்ரா எல்லாம் நான் எப்பவுமே பார்க்கிறதில்லை. வந்தனாவை நான் அந்தரங்கமா ஒருவித தீவிரத்தோட நேசிக்க ஆரம்பிச்சிருக்கேன்னு தோணுது. நான் அவளைக் கல்யாணம் செய்துக்க விரும்பறேன். எப்படி இதை நடத்தறது? அதுக்கு யோசனை சொல்லு உருப்படியா."

"இதிலே என்ன சிக்கல் இருக்குன்னே எனக்குப் புரியலையே கண்ணா! உன்னைக் கல்யாணம் பண்ணிக்க அவளுக்குக் கசக்குமா? அவ கற்பனையில் கூட இப்படி ஒரு வாழ்க்கையை நினைச்சுப் பார்த்திருப்பாளா? நேரா அவ வீட்டுக்குப் போக வேண்டியது, பேச வேண்டியது, தட்ஸ் ஆல், அவ வீட்ல யார், யார் இருக்காங்க, என்ன விவரம்னு நாளைக்கே நான் விசாரிச்சுச் சொல்றேன்."

"இது அவ்வளவு சுலபமான விஷயமா எனக்குபடலை."

"ஏன்?"

"பணத்துக்குப் பிரமிக்கிற டைப் இல்லை வந்தனா. அவ ஒரு சராசரி இல்லை. அதனாலேயே தான் அவளை எனக்குப் பிடிக்குது. ரொம்ப எதிர்பார்ப்போட அவ வீட்டுக்குப் பொண்ணு கேட்டுப் போய், வந்தனா எனக்கு இஷ்டமில்லை'ன்னு சொல்லிட்டா அவமானமாப் போய்டும் கிருஷ்! நான் விருப்பப்பட்டேன்ங்கற காரணத்தால இந்தக் கல்யாணம் நடக்கிறதை விட, அவளும் ஈடுபாட்டோட விரும்பி இதுக்குச் சம்மதிக்கணும்."

"புரியலையே."

“அதாவது அவளால நான் நேசிக்கப்படணும். ஐ மஸ்ட் வின் ஹர் லவ். நான் என்னை அவளுக்குப் புரியவச்சு, அவ அன்பைச் சம்பாதிச்சு, அதுக்குப்பிறகு, கல்யாணம் செய்துக்கணும் கிருஷ்! அப்பத்தான் அந்த இல்லறம் ஓர் ஈடுபாட்டோட ஆரம்பமாகும்.”

“அதுக்கு என்ன செய்யணுங்கறே.”

“அவளை நான் அடிக்கடி சந்திக்கணும். அதுக்கு ஒரு வாய்ப்பு வேணும். சில சமயம் வாய்ப்புகள் தானா அமையும். சில சமயம் அதை நாமதான் ஏற்படுத்தணும்.”

“அப்போ சார் ஏதோ பெரிய ஐடியா பண்ணிட்ட மாதிரி தெரியுது. என்ன அது?”

அரவிந்த் தன் யோசனையை விரிவாகத் தெரிவித்ததும், “விடு, என்கிட்டே சொல்லிட்டியில்லே? டன்.” என்றான் கிருஷ்ணன்.

◈◈◈

பானுமதி தன் குழந்தை திவ்யாவை உட்காரவைத்து அதற்குத் தலை சீவி, பவுடர் அடித்துக் கொண்டிருந்த மாலை நேரத்தில் சூர்யா நடந்து கொண்டே படித்தாள். கோபி லுங்கி கட்டிக் கொண்டு சமையல்கட்டில் அமர்ந்து ஸ்டவ்வுக்குத் திரிகள் மாற்றியபடி, “இன்னும் வந்தனா வரலையா?” என்றான் அம்மாவிடம்.

“வந்துட்டா, வந்து காப்பி சாப்பிட்டுட்டு என்னமோ கேஸட் ரெக்கார்ட் செய்யக் கொடுத்தாளாம். வாங்கிட்டு வர்றேன்னு போனா, நாலு ப்ரோக்கர்ஸ்கிட்டே சொல்லி வைடான்னு சொன்னேனே, கேக்க மாட்டேங்கறியே கோபி?” என்றாள் அம்மா.

“வீடுதானேம்மா. நான் சொன்னேனா, இல்லையான்னு உங்களுக்குத் தெரியுமா? அம்மா! தனி வீடுங்கிறப்போ ஆயிரம் ரூபாய்க்குக் குறையாம வாடகை சொல்றாங்க. இந்த வீட்ல சில அசௌகரியங்கள் இருந்தாலும், வாடகை கம்மி, சென்ட்ரரான இடம்.”

"ஆறு குடித்தனம் உள்ள வீட்ல யாரு வர்றா, யாரு போறான்னு தெரியலை. அலாரம் டைம்பீஸ், அயர்ன் பாக்ஸ்ன்னு ஒண்ணு, ஒண்ணாத் திருட்டுப் போகுது. வந்தனாவோட, உன் பொண்டாட்டியோட நாலு சேலைங்க துவைச்சிக் காயப் போட்டதையே உருவிக்கிட்டுப் போயிட்டாங்க. எல்லார் வீட்லயும் வெட்டியா வீட்ல உக்கார்ந்துக்கிட்டுத் தடிப்பசங்க இருக்கானுங்க. உனக்கு ரெண்டு தங்கச்சிங்க இருக்காங்க. கொஞ்சம் பார்க்க லட்சணமா வேற இருக்காங்க. எனக்குத்தான் பகீர், பகீர்ன்னு இருக்குப்பா. இதெல்லாம் புரிஞ்சுக்காம வாடகை கூடன்னு சொல்லிடறே."

"ஏம்மா அதையும் தானே யோசிக்க வேண்டியிருக்கு? ஏராளமா வச்சிட்டுப் போயிருக்காரா எங்கப்பா? நானும் வந்தனாவும் கொண்டு வர்ற சம்பளத்துல எவ்வளவு செலவுகளைச் சந்திக்க வேண்டியிருக்கு? சூர்யாவோட காலேஜ் செலவு எவ்வளவாகுதுன்னு தெரியாதா உங்களுக்கு?"

"வந்தனாவுக்கு நல்ல சம்பளத்திலே ஒரு வேலை கிடைச்சிட்டா பரவாயில்லை."

"அவளும் பல கம்பெனிகளுக்கு அப்ளை பண்ணிக்கிட்டுத்தான் இருக்கா. நானும் தெரிஞ்சவங்ககிட்டே எல்லாம் சொல்லிக்கிட்டிருக்கேன். தற்காலிகமா இந்த பார்ட் டைம் வேலையாவது கிடைச்சதேனு திருப்திப்பட்டுக்க."

"அண்ணா, யாரோ வந்திருக்காங்க." என்று குரல் கொடுத்தாள் சூர்யா.

கோபி கைகளைத் துடைத்துக்கொண்டு சமையலறையிலிருந்து வந்து பார்க்க. "வணக்கங்க. என் பேர் கிருஷ்ணன். மிஸ் வந்தனாவைப் பார்க்க வந்தேன். நீங்க அவங்க பிரதரா?" என்றான்.

பானுமதி குழந்தையைத் தூக்கிக்கொண்டு உள்ளறைக்குச் செல்ல, சூர்யா நாற்காலி கொண்டு வந்து போட்டாள்.

"ஆமாம். உக்காருங்க. இப்ப வந்துடுவா. என்ன விஷயமாப் பார்க்கணும்?"

"தயாள் அண்ட் கம்பெனியோட ஓனர் அரவிந்த் என் ஃபிரெண்ட். உங்க சிஸ்டர் அவனை ரேடியோவிலே பேட்டி எல்லாம் கண்டாங்க."

"தெரியும். விளம்பரத்துக்குக் கூடக் குரல் கொடுத்ததாகச் சொன்னா."

"ஆமாம். அவன் தான் என்னை அனுப்பிவைச்சான். ஒண்ணுமில்லை. உங்க சிஸ்டர் பார்ட் டைம் வேலை பார்க்கிறதாகவும், ஃபுல் டைம் வேலை நல்லதாத் தேடிக்கிட்டிருக்கிறதாகவும் சொன்னாங்களாம். கம்பெனியிலே ஒரு கிளார்க் போஸ்ட் காலியாயிருக்கு. என்னைக் கூப்பிட்டனுப்பிச்சான். 'அந்தப் பொண்ணு வந்தனாவை ரெண்டு மூணு தடவை சந்திச்சுப் பேசினதில திறமையான பொண்ணா, நல்ல பொண்ணாத் தெரியுது. நீ போய்ச் சொல்லு. விருப்பமிருந்தா இந்த வேலையைக் கொடுக்கலாம்'னு சொன்னான். ஆயிரத்து இருநூறு ரூபாய் சம்பளம். இதைச் சொல்லத்தான் வந்தேன்." என்ற கிருஷ்ணன், "என்ன வாடகை இந்தப் போர்ஷனுக்கு?" என்றான்.

"முந்நூற்றைம்பது ரூபாய்."

"அநியாய வாடகையா இருக்கே. நீங்க என்ன சார் பண்றீங்க?"

கோபி தான வேலை பார்ப்பது பற்றி, தன் நிறுவனம் பற்றி, குடும்பம் பற்றிச் சற்று விரிவாகப் பேச ஆரம்பித்தான்.

கிருஷ்ணன் தன் கடிகாரத்தைப் பார்த்துக்கொண்டு, "நான் ஒருத்தரை மீட் பண்ண வேண்டியிருக்கு. உங்க சிஸ்டர்கிட்டே சொல்லவந்ததெல்லாம் உங்ககிட்டே சொல்லிட்டேன். நீங்க சொல்லிடுங்களேன். நாளைக்குக் காலைல அவங்களை யெஸ். ஆர் நோன்னு பதிலை போன் பண்ணிச் சொல்லச் சொல்றீங்களா? ஏன்னா ஏகப்பட்ட சிபாரிசு! வேற யாருக்காச்சும் ப்ராமிஸ் பண்ணியாகணும் அவன். அப்போ நான் புறப்படறேன்."

"வந்தனா ஒரு பெட்டர்ஜாப் தேடிட்டுத்தான் இருக்கா அதனால இதில் மறுப்பு சொல்றதுக்கு எதுவுமே இல்லை. நான் அவகிட்டே பேசறேன். போன் என்ன செய்யறது? நானே

அவளை அழைச்சுக்கிட்டு நேரிலே வர்றேன். இவ்வளவு நினைவா அக்கறையோட சொல்லி அனுப்பினவரை நேரில் பார்த்து நன்றி சொல்றதில்லையா?" என்றான் கோபி.

கிருஷ்ணன் புறப்பட்டுச் சென்ற கொஞ்ச நேரத்தில் வந்த வந்தனாவின் வாயில் சர்க்கரை போட்டு விட்டுப் பிறகு ஆரம்பித்துச் செய்தியைச் சொன்னான் கோபி. வந்தனா உற்சாகமடையவே செய்தாள்.

"கொஞ்சம் விரிவா சிந்திக்கிறவர் அண்ணா அவர். அதனாலேயே நான் ரேடியோ நிகழ்ச்சிகள்ல தொடாந்து கலந்துக்கிறதுக்கு மறுப்பு எதுவும் சொல்லமாட்டார்னு நினைக்கிறேன். விலகறதாச் சொன்னா, பாவம், குப்தா கொஞ்சம் வருத்தப்படத்தான் செய்வார். நான் இப்பவே போய்க் குப்தாகிட்டே பேசிட்டு வர்றேன்."

குப்தா அவள் எதிர்பார்ததற்கு மாறாகச் சந்தோஷமேபட்டான். "வந்தனா! நீ திறமைக்கு இக்கட வேலை பார்க்கிறது சரியில்லைதான். நீகு நல்ல வேலை கிடைச்சது சந்தோஷம்தான். உனக்கு என்ன பிரச்னைன்னாலும் உரிமையோட எப்ப வேணும்னாலும் நன்னு அடகொச்சுனு." என்றான்.

மறுநாள் காலை ஏழு மணிக்கெல்லாம் அரவிந்த் வீட்டின் வரவேற்பறையில் கோபியும், வந்தனாவும் காத்திருந்தார்கள். அங்கே மாட்டப்பட்டிருந்த ஓவியங்களில் தெரிந்த அரவிந்தின் ரசனையை வியந்தாள் வந்தனா. இந்த மாதிரி பெயிண்ட்டிங்ஸ் எல்லாம் விரும்புகிறவனா இவன், அல்லது ஒரு ஷோவுக்காக மாட்டி வைத்திருக்கிறானா?

சற்று நேரத்தில் வந்த அரவிந்த், "குட்மார்னிங் மிஸ் வந்தனா! குளிச்சிட்டிருந்தேன். காக்க வைச்சிட்டேனா?" என்று அலுவலக அறை சென்று அமர்ந்தான்.

பின் சென்ற வந்தனா, "சார், இவர் என் அண்ணன் கோபி." என்று அறிமுகப்படுத்தினாள். இருவரும் கைகுலுக்கிக் கொண்டார்கள்.

“சார், நேத்து உங்க ஃபிரண்டு வந்து சொன்னது ஓர் எதிர்பாராத இன்ப அதிர்ச்சி. எனக்கு அந்த சான்ஸ் கொடுக்க நினைச்சதுக்கு ரொம்ப தேங்க்ஸ்” என்றாள் வந்தனா.

கோபியும் தன் நன்றியைத் தெரிவித்தான்.

“என் மனசிலேபட்டது. நீங்க பார்ட் டைமா எங்கோ வேலை பார்க்கிறதாச் சொன்னதால, உதவியா இருக்குமேன்னு நினைச்சேன். எப்போ ஜாய்ன் பண்றீங்க மேடம்?” என்று அடக்கமாகக் கேட்ட அரவிந்தை கோபிக்கு மிகவும் பிடித்துப்போனது.

——

9

அத்தியாயம்

மிகவும் பிடித்துப்போனது வந்தனாவுக்கு, தன் புதிய அலுவலகம் ஒரே வாரத்தில், மேல்தட்டு வர்க்கத்தின் குடியிருப்புகள் சூழ்ந்த பெஸன்ட் நகரில், அந்தத் தெருவில் இந்த ஓர் அலுவலகம் மட்டுமே. அதுவும் இரண்டாவது மாடியில். சதா சீறும் கடற்கரைக் காற்று மின் விசிறிகளைக் கிண்டல் செய்தது.

நாற்பத்தைந்து பேரில் இவளையும் சேர்த்துப் பதின்மூன்று பெண்கள். இரண்டு பேரைத் தவிர, மற்றெல்லாரும் திருமணமாகாதவர்களாய் இருந்ததில், ஒரு கல்லூரி வகுப்பறையின் சூழ்நிலயை உணர்ந்தாள். அந்தப் பெண்களுடன் மிகச் சுலபமாகக் கலந்துவிட முடிந்தது.

இரண்டு தினங்களுக்குச் சைக்கிளில் வந்துபோனதில், இடுப்பும் தொடைகளும் அயர்ச்சி கொடுக்க, மரியாதையாக பஸ்ஸில் வர ஆரம்பித்தாள். நான்கே தினங்களில் தன் மேஜையின் வேலைகள் புரிபட்டுவிட்டன. நிறுவனத்தின் வரலாற்றை, மெனக்கெட்டு ஆண்டு

மலர்களில் பொறுமையாகப் படித்ததில், அரவிந்த் பொறுப்பேற்ற பிறகு சூப்பர் வேகத்தில் கம்பெனி வளர்ந்திருப்பதன் புள்ளி விவரங்கள் புருவமுயர்த்த வைத்தன. இத்தனை திறமையா? எம். பி.ஏ.கூடக் கிடையாது.

தவிர, சக ஊழியர்களில் யாரும் நிர்வாகத்தைப் பற்றியோ, முதலாளியைப் பற்றியோ குறையாக ஒரு வார்த்தைகூட முணுமுணுக்காதது ஓர் ஆச்சர்யமான விஷயமாகத்தான் இருந்தது. மாறாகப் புகழவே செய்தார்கள்.

“ஹி ஈஸ் எ ஜென்டில்மேன்.” என்றாள் கோகிலா.

“எட்டு ஆபீஸ்ல வேலை பார்த்திருக்கேன். இப்படி ஒரு முதலாளியை நான் பார்த்ததில்லை.” என்றாள் பிரியதர்சினி.

“முகம் லேசா வாடினாப்பல இருந்துடக் கூடாதும்மா. ஏன், என்னன்னு விசாரிச்சு, உடம்பு சரியில்லைன்னா லீவ் எடுத்துக்கிட்டுப் போகச் சொல்லிடுவாரு. பணப் பிரச்னைன்னா அட்வான்ஸா வாங்கிக்கச்சொல்லி ஏற்பாடு செஞ்சிடுவாரு. வீட்ல போட்டோ மாட்டி வச்சிருக்கேம்மா. கும்பிட்டுட்டுத்தான் வீட்டை விட்டுப் புறப்படுவேன்.” என்றான் ப்யூன்.

அதேசமயம் வேலைல ரொம்ப ஸ்ட்ரிக்ட். கோபம் வந்தால் அவர் நடந்துக்கிற விதம் கொஞ்சம் வினோதமா இருக்கும். சில மாமியார்கள் மருமகள்களோட உரசல் வர்றப்போ, மாஞ்சு மாஞ்சு எல்லா வேலைகளையும் அவங்களே செய்வாங்க தெரியுமா? அதுமாதிரி ஒரு ஸ்டேட்மென்ட் எடுத்ததில் தப்பு இருந்துச்சுன்னா அவரே உட்கார்ந்து எடுக்க ஆரம்பிச்சிடுவார். ஸாரி சார்! ப்ளீஸ் சார்! நான் செஞ்சு கொடுத்துடறேன் சார்’ன்னு நான் கெஞ்ச வேண்டியதாய்டும்.” என்றாள் ஃப்ரீதா எட்வின்.

வந்தனாவுக்கு அலுவல் தொடர்பாக அரவிந்த் அறைக்குத் தினம் செல்ல வேண்டிய அவசியமில்லை. ஒன்றிரண்டு சந்தர்ப்பங்களில் செல்ல இருந்த போதெல்லாம் தேவைக்கு அதிகமாய் ஒரு வார்த்தையோ, ஒரு புன்னகையோ கூட

வெளிப்படுத்தாத அவனின் கண்ணியம் மதிக்க வைத்தது. நிறையக் கற்றுக்கொள்ள வேண்டும் என்று எண்ண வைத்தது.

செக்ஷன் ஹெட் ஒலித்த இண்டர்காமில் பேசிவிட்டு, "வந்தனா, உங்களை எம்.டி. கூப்பிடறார்" என்றதும் கூட்டிக் கொண்டிருந்த லெட்ஜரை அடையாளக் காகிதம் வைத்து மூடிவிட்டு, நாற்காலியைப் பின் தள்ளி எழுந்தாள். புடைவையின் ஃப்ளீட்ஸ் புரள நடந்தாள்.

போனில், "டைம் வாங்க வேணாம் சார்! எப்ப இருந்தாலும் ஆஜராகித்தான் ஆகணும். அஞ்சாம் தேதி ஊர்லதான் இருக்கேன். அன்னைக்கு கோர்ட் விசாரணைல கலந்துக்க ரெடி. தள்ளிப் போடாம தயாராய்டுங்க." என்று பேசிக் கொண்டிருந்த அரவிந்த் கண்களால் வந்தனாவை வரவேற்றுவிட்டு, "சரி, அப்படியே செஞ்சுடுங்க." என்று வைத்தான்.

"வந்தனா! உட்காருங்க."

"பரவாயில்லை சார்!"

"ஜாய்ன் பண்ணி ஒரு மாசமாச்சு, இல்லையா?"

"நாளையோட ஒரு மாசம் சார்!"

"எப்படி ஃபீல் பண்றீங்க? வேலை பிடிச்சிருக்கா? ஆபீஸ் பிடிச்சிருக்கா?"

"ரொம்ப திருப்தியா இருக்கு சார்."

"அட்டென்டன்ஸ் ரெஜிஸ்தரைப் பார்த்தேன். ஒரு நிமிஷத்திலேர்ந்து பதினைஞ்சு நிமிஷம் வரைக்கும் தினம் லேட்டா வந்துட்டிருக்கீங்க. அதைக் கண்டிக்கிறதுக்காக உங்களைக் கூப்பிடலை. அதைச் சரி செஞ்சுடலாமேன்னுதான்..."

"ஸாரி சார்!... சீக்கிரமாத்தான் புறப்படறேன். பஸ் கரெக்ட் டயத்துக்குக் கிடைக்க மாட்டேங்குது. டிராஃபிக் ஜாம். அது, இதுன்னு எப்படியாச்சும் லேட் ஆய்டுது. ஐ ஃபீல் வெரி ஸாரி.

இனிமே அப்படியாகாமே கண்டிப்பாய்ப் பார்த்துக்கிறேன். இன்னும் முன்னாடியே புறப்பட்டுடறேன்."

நிமிர்ந்து அவள் முகத்தைப் பார்த்தான் அரவிந்த், அதில் லேசான அவமானமும், குற்ற உணர்ச்சியும் எழுந்தன.

"வந்தனா! ஹர்ட் ஆயிடாதீங்க. உங்களுக்கு ஒரு யோசனை சொல்லத்தான் கூப்பிட்டேன். நம்ம ஆபீஸ்ல வண்டி வாங்கிக்கக் குறைஞ்ச வட்டியிலே லோன் வசதி உண்டு. மாசா மாசம் சம்பளத்திலே பிடிச்சுக்குவாங்க. ஒரு மொபெட் வாங்கிக்கங்களேன். ஈஸி டு டிரைவ். இது ஒரு சுயநலம் கலந்த சலுகைன்னு வச்சுக்கங்களேன். அக்கவுண்டட்கிட்டே அப்ளிகேஷன் இருக்கு. வாங்கி எழுதிக்கொடுங்க, சாங்ஷன் பண்றேன்."

வந்தனா உற்சாகம் மேலிட, "தேங்க் யூ வெரி மச் சார்!" என்றாள் புன்னகை முகத்துடன் வெளியேறினாள். ஒரு மொபெட் எவ்வளவு சௌகரியம்! அவரவர் தேவைகளை உணர்ந்து செயல்பட இவரால் எப்படி முடிகிறது? இது அலுவலகமா இல்லை, குடும்பமா?

◈◈◈

அரவிந்த் தன் அறையில் ஸ்டாண்டில் மாட்டியிருந்த கோட் எடுத்து அணிந்துகொண்டு, ப்ரீஃப்கேஸில் வீட்டிற்கு எடுத்துச் சென்று பார்க்க நினைத்த சில ஃபைல்களை எடுத்து வைத்துப் புறப்பட எத்தனித்த அதே தினத்தின் மாலையில்...

"எக்ஸ்க்யூஸ்மி சார்!" என்று உள்ளே வந்தாள் வந்தனா.

"வாங்க... என்ன மேடம்?"

அவன் முகம் பார்க்காமல் மேஜை மேல் குண்டூசிக் கிண்ணத்தைப் பார்த்துக்கொண்டு சொன்னாள், "சார்! அந்த லோன் அப்ளிகேஷனை நான் கொடுக்கலை."

“சரி. அது உங்க இஷ்டம். வாய்ப்பு இருக்குன்னு சொன்னேன். பயன்படுத்திக்கிறதும், பயன்படுத்திக்காததும் உங்க விருப்பம். ஆனா... ஏன் வேணாம்?”

“இந்த ஆபீஸ்ல ஒரு வருஷம் சர்வீஸ் முடிச்சதுக்குப் பிறகுதான் அந்தச் சலுகை கிடைக்கும்ங்கிற விதி இருக்கு. அப்படித்தான் சில பேர் வாங்கியிருக்காங்க.”

“யெஸ். அந்த விதி எனக்குத் தெரியாதா? கான்ஸ்ட்டிடியூஷனையே மாத்தறாங்க. இது கம்பெனி ரூல்தானே? நான் ஏற்படுத்தியதுதானே? அதுக்காகவா தயங்கினீங்க? நாளைக்குக் கொடுங்க. ஒரு ஸ்பெஷல் கேசா நான் ஏற்பாடு பண்றேன்.”

“இதைத்தான் சொல்வீங்கன்னு எனக்குத் தெரியும் சார்! ஆனா... வந்து... எனக்காக எனக்கு மட்டும் இந்த விசேஷச் சலுகை, அதுவும் விதியை மீறி...”

“ஏன்னா, ஒரு வண்டி உங்களுக்கு அத்தியாவசியமாகத் தேவைப்படுது.”

“நான் சொல்லலையே அப்படி?”

“நான் அப்படி உணர்ந்தேன்.”

“மன்னிக்கணும் சார்! மத்தவங்களுக்கில்லாத ஒரு விசேஷச் சலுகை எனக்குக் காட்டப்படறதை நான் விரும்பலை. ஒரு வருஷம் கழிச்சே நான் அப்ளை பண்றேன். தயவுசெஞ்சு நான் உங்க வார்த்தையை மறுத்துட்டதா நினைக்காதீங்க. எனக்கு அது பிடிக்கலை. அவ்வளவுதான்.”

அரவிந்த் பார்வையை விலக்காமல் அவள் முகத்தைச் சில விநாடிகள் பார்க்க, அவள் தன் விழிகளைத் தாழ்த்திக்கொள்ள வேண்டியதாயிருந்தது.

‘அசட்டுப் பெண்ணே! நீ எனக்கு எவ்வளவு தூரம் விசேஷமானவள் என்பதை உணராமல் தன்மானம் பேசுகிறாயோ?’

“வெல். நான் யாரையும், எதிலயும் வற்புறுத்தறதே இல்லை.” என்று தன் ப்ரீஃப்கேஸைக் கையில் எடுத்துக்கொண்டான் அரவிந்த்.

◈◈◈

“இன்சல்ட்! எ கிரேட் இன்சல்ட்! இதைவிட உன்னை அவமானப்படுத்த முடியாது அரவிந்த்!” என்றான் கிருஷ்ணன் அரவிந்த் வீட்டுப் பால்கனியில் தொங்கிய மூங்கில் கூடையில் அமர்ந்து, லேசாக அசைந்தபடி.

சற்றுத் தள்ளி நாற்காலியில் கைலியும், ஜிப்பாவுமாக அமர்ந்து நியூஸ் பேப்பர் புரட்டிக் கொண்டிருந்த அரவிந்த், “எந்த வகையில்?” என்றான்.

“நீ யாரு? பாஸ். அவ யாரு? உன்கிட்டே சம்பளம் வாங்கற ஸ்டாஃப்! லோன் வாங்கிக்கன்னு நீயே சொன்ன பிறகு என்ன பிரஸ்டீஜ் வேண்டிக்கிடக்கு? அதென்ன சட்டம் பேசறது?”

“அவ பிரஸ்டீஜ் பார்க்கலைடா. அதுக்கு வேற பேரு.”

“ஆமாம், அலட்சியம்னு சொல்லலாம்.”

“இல்லை, தன்மானம்! அநாவசியமா ஒரு சலுகையடைய விரும்பாத அந்த மேன்மையான குணத்தைக் கொச்சைப்படுத்தாதே, கிருஷ்! இந்த ஒரு மாசத்தில் இந்த ஒண்ணுதான் உன்கிட்டே நான் சொன்ன சம்பவம். இது மாதிரி இன்னும் நாலஞ்சு நடந்திருக்கு. ஒவ்வொண்ணுலயும் அவமேல நான் வளர்த்துக்கிட்ட மதிப்பும், அன்பும் விஸ்வரூபம் எடுத்துக்கிட்டே போகுது.”

“ஆரம்பிச்சிட்டியா?” என்று கிருஷ் சிகரெட் பற்ற வைத்துக்கொண்டு தீக்குச்சியை விரல் சுடும்வரை பிடித்து, பிறகு வாயால் ஊதியணைத்து எறிந்தான்.

“கிருஷ்! இந்த ஒரு மாச நெருக்கத்துல அவளும் என்னைப்பத்தி நேரடியாவும், மறைமுகமாகவும் கிடைச்ச தகவல்களை வச்சி,

ஓரளவு புரிஞ்சிக்கிட்டிருப்பா. இப்போ நான் தாராளமா என் மனசைத் திறக்கலாம்னு நினைக்கிறேன். நீ என்ன நினைக்கிறே?"

"அது இப்ப அவசியமில்லை. சொன்னாலும் உனக்குப் பிடிக்காது. நான் அபிப்பிராயம் சொல்ற, அறிவுரை சொல்ற ஸ்டேஜ் எல்லாம் தாண்டி ரொம்ப தூரம் வந்தாச்சு. ப்ளூ ப்ரிண்ட் முடிஞ்சு, அப்ரூவல் வாங்கி, அஸ்திவாரம் போட்டாச்சு. இப்ப மனையைப்பத்தி நான் பேசினா அது அபத்தம், என்னை விடு. உனக்கு வந்தனா வேணும். அவ உன் மனைவியாகணும். அதில் நீ ரொம்பத் தீர்மானமா இருக்கேதானே?"

"ரொம்ப."

"உன்னை மறுத்தா, அவதான் முட்டாள்! அதுக்கு வாய்ப்பே இல்லை. அவ சண்டி மாடுதான். நொண்டி மாடு இல்லை. அடுத்த கட்டத்தில் இறங்கிடு. நான் ஏதாச்சும் தூது போகணுமா, சொல்லு, செய்யறேன்."

"இல்லை. நானே அவகிட்டே பேசலாம்னு இருக்கேன்."

"பேசு. பெஸ்ட் ஆஃப் லக்." என்று சிகரெட்டைக் கைமாறிக் கொண்டு, நீட்டி, குலுக்கினான் கிருஷ்ணன்.

◈◈◈

பேனாவை மூடிக் கைப்பைக்குள் வைத்துக்கொண்டு, வந்தனா எழுந்தாள். அலுவலகம் முக்கால்வாசி காலியாகியிருந்தது.

"புறப்பட்டுட்டீங்களாம்மா, எம். டி. உங்களைக் கூப்பிட்டார்." என்றான் ப்யூன்.

வந்தனா அனுமதி பெற்று அறைக்குள் வந்தபோது, அரவிந்த் விரல்களுக்கிடையில் பென்சிலை அசைத்துக்கொண்டே, "ப்ளீஸ்..." என்று எதிரே நாற்காலியைக் காட்டினான். இரண்டு முறை அவன் வற்புறுத்தியதும் வந்தனா அமர்ந்தாள்.

“வந்தனா! நீங்க அவசரமா வீட்டுக்குப் போக வேண்டியிருக்கா? ஒரு பத்து நிமிஷம் லேட்டாப் புறப்படலாமா?”

“பரவாயில்லை சார். சொல்லுங்க, என்ன விஷயம்?”

“ஆபீஸ் மேட்டர் இல்லை இது. பர்சனல். எனக்குச் சுத்தி வளைச்சுப் பேசத் தெரியாது. ஆனா இது, கடகடன்னு கொட்டிடற விஷயமும் இல்லை. ரொம்ப யோசிச்சு, எனக்குக்குள்ளேயே பல தடவை அலசிப் பார்த்து, மனசுக்குள்ளே நூறு தடவை ஒத்திகை பார்த்தும்... இப்ப சடார்ன்னு சொல்ல வரமாட்டேங்குது.”

வந்தனா அமைதியாக இருந்தாள்.

அவளை ஒருமுறை பார்த்துவிட்டு, பேப்பர் வெயிட்டை மெதுவாக உருட்டிக்கொண்டே, “வந்தனா! நான் உங்களை மனப்பூர்வமா நேசிக்கிறேன்னு சொன்னால் உங்களுக்கு அதிர்ச்சியா இருக்குமா?” என்றான் அரவிந்த்.

———

10

அத்தியாயம்

அரவிந்த் சொன்ன வார்த்தைகளின் முழு அர்த்தமும் மனத்தில் பதிவதற்கே, சில விநாடிகளாயின, வந்தனாவிற்கு. என்னவோ சொல்லப் போகிறார் என்று நினைத்தாள். இப்படி ஒரு செய்தியை அவள் கொஞ்சமும் எதிர்பார்க்கவே இல்லை.

அரவிந்த் அவளைப் பார்க்காமல் தொடர்ந்து பேசினான். “உங்களுக்கு இது ஒரு பெரிய அதிர்ச்சியா இருக்கலாம். பிரமிப்பா இருக்கலாம். இதை நீங்க எதிர்பார்த்திருக்கவே முடியாது. ஆனா இது உண்மை. இதை என் மனசிலேயே வச்சு அழகு பார்த்துக்கிட்டிருக்கிறதில அர்த்தமில்லை. தள்ளிப் போட்டுக்கிட்டே போகாம, ஒருநாள் வெளிப்படுத்தியே ஆகணும்னு நினைச்சு, இன்னைக்குச் சொல்லிட்டேன்.”

“சார், நீங்க...”

“வெய்ட்!” என்று இடைமறித்தான்.

“ப்ளீஸ்... நீங்கள் எதுவுமே பேச வேணாம். நான் நினைச்சதை முழுசாப்

பேசி முடிச்சிடறேன் வந்தனா! இது ஒரு நாள்ல மனசில ஏற்பட்ட முடிவு இல்லை. உங்க முதல் சந்திப்பிலேர்ந்து ஆரம்பிச்சு, கொஞ்சங்கொஞ்சமா, சீரா எனக்குள்ளே ஒரு மதிப்பு. அது மதிப்புத்தானான்னு என்னையே துருவித் துருவி விசாரிச்சுக்கிட்டதிலே, இல்லை, அதுக்குப் பேர் நேசம்னு பதில் கிடைச்சது. காதல்ன்னு சொல்லத் தயக்கமா இருக்கு. ஏன்னா இன்னைக்கு அந்த வார்த்தையை அதன் நேரடி அர்த்தத்தில் பலர் பயன்படுத்தறதில்லை. அந்த வார்த்தையே மழுங்கிப் போச்சுன்னு நினைக்கிறேன். வார்த்தை எதுவா இருந்தாலும் உணர்ச்சிகள் சத்தியமானது வந்தனா!

நான் உங்களை உங்க சம்மதத்தோட கல்யாணம் செஞ்சுக்க விரும்பறேன். முதல்ல உங்க சம்மதம்தான் முக்கியம். எனக்கு நீங்கதான் பொருத்தம்னு நான் நினைக்கிறேன். உங்களுக்கு நான் பொருத்தமான்னு நீங்கதான் யோசிக்கணும். இதிலே வற்புறுத்தல் எதுவும் கிடையாது. நீங்க சுதந்திரமா முடிவெடுங்க. நிதானமா முடிவெடுங்க. எந்த அவசரமும் இல்லை. நாளைக்குச் சொல்லலாம். அடுத்த வாரம் சொல்லலாம். அடுத்த மாதம் கூடச் சொல்லலாம். உங்க பதிலுக்காக நான் காத்திருப்பேன்.

உங்க பதில் எனக்கு சந்தோஷத்தைக் கொடுக்கும்னு நம்பறேன். எதிர்பார்க்கிறேன். ஒருவேளை என் நம்பிக்கை தப்பாப் போயிட்டா நான் உங்க மேலே கோபப்பட மாட்டேன். வருத்தப்படுவேன். எந்த வகையில நான் தகுதியில்லாதவனாப் போயிட்டேன்னு யோசிப்பேன். கண்டிப்பா உங்களுக்கு என்னால எந்தத் தொந்தரவும் இருக்காது. விளையாட்டில் களத்தில் இறங்கற வீரன் தான் ஜெயிக்கணும்னு தான் ஆசைப்படுவான். நான் என் லவ் கேமை விளையாடியிருக்கேன். தப்பு! லைஃப் கேம் இது. நீங்கதான் முடிவு சொல்லணும்."

"சார், வந்து..." தடுமாறினாள் வந்தனா.

"தயவுசெஞ்சு இப்ப எதுவுமே சொல்ல வேணாம்! இப்படித் திடீர்னு நான் சொன்னதோட பிரமிப்பு விலகவே நேரமாகும். வீட்டுக்குப் போய், ரொம்ப ரொம்ப நல்ல மனநிலையில், ரொம்ப

ரொம்ப நிதானமா, நான் சொன்ன ஒவ்வொரு வார்த்தையையும் யோசிங்க! நான் புறப்படறேன்."

அரவிந்த் விருட்டென்று புறப்பட்டுச் சென்றுவிட. சில நிமிடங்கள் விக்கித்து நின்றுவிட்டு, பிறகுதான் அந்த அறையை விட்டு வெளிப்பட்டாள் வந்தனா.

உள்ளே இனம் பிரிக்க முடியாமல் உணர்வுகள் கலவையாய் முட்டின. இதமாக, பக்குவமாகச் சொன்ன பண்பாடு ரசிக்க வைத்தது. ஆனால் சொன்ன செய்தி. இதற்காகத்தான் விளம்பரத்திற்குக் குரல் கொடுக்க வாய்ப்புத் தரப்பட்டதா? இதற்காகத்தான் அலுவலகத்தில் வேலை தரப்பட்டதா? இதற்காகத்தான் பல சலுகைகளைத் தர முன் வந்தாரா? இந்தக் கேள்விகள் மனத்தில் எழுந்தபோது அவளால் அரவிந்தை ரசிக்க முடியவில்லை.

"வந்தனா! இன்னும் நீ புறப்படலை? ஏ. ஐ. ஆர்.ல ஏதோ ப்ரோக்ராம் இருக்குன்னு சொல்லலை நீ?" என்று வந்தாள் பிரியதர்சினி.

அப்போதுதான் வந்தனாவிற்கு நினைவு வந்தது. தனக்கு ஆறு மணி முதல் ஏழரை வரை அன்று அறிவிப்பு நிகழ்ச்சி இருப்பது. மணி பார்த்துப் பதறினாள். 5.20.

"ப்ரியா, ப்ளீஸ்... என்னை ரேடியோ ஸ்டேஷன்ல விட்டுட்டுப் போறியா? ஆறு மணிக்கு எனக்கு ப்ரோக்ராம் இருக்கு. திடீர்னு கேன்ஸல் பண்ணவும் முடியாது."

"பதறாம வா, போய்டலாம்" என்று தன் ஸ்கூட்டரை ஸ்டார்ட் செய்தாள் ப்ரியதர்சினி. வந்தனா பின்சீட்டில் அமர்ந்துகொண்டாள்.

சிந்தனை, சற்றுமுன் அரவிந்த் சொன்ன விஷயங்களையே வட்டமடித்துக் கொண்டிருந்தது.

"என்னாச்சு வந்தனா! காதிலே விழலையா!"

"ம்? என்ன கேட்டே?"

"ஒரு முத்தம்."

"என்னது?"

"பின்னே என்ன, எம். டி. எதுக்காகக் கூப்பிட்டார்னு நாலு தடவை கேட்டுட்டேன். பதிலே சொல்லலை. வேடிக்கை பார்த்துக்கிட்டு வர்றியா? பர்சனல்னா சொல்லாதேம்மா."

பர்சனல்தான். மிக மிக பர்சனல். இதை எப்படிச் சொல்வது? எதைச் சொல்வது?

"மொபெட் லோன் பத்தித்தான் மறுபடி சொன்னாரு."

"சரின்னு வாங்கிக்க வேண்டியதுதானே? ஏன் பிடிவாதம் பிடிக்கிறே?"

"அது ஏன் எனக்கு மட்டும் சலுகை?"

"ஓர் இரக்க உணர்ச்சிதான்."

'இல்லை. இரக்கமில்லை. என்னைக் கவரும் திட்டங்களில் ஒன்று. காதலில் சிக்க வைக்கும் தூண்டில். சருகுகளைப் போர்த்திய பள்ளம். வெற்றி நோக்கத்திலேயே நகர்த்தப்பட்ட ஒரு காய்.'

"என்ன பதிலைக் காணோம்?"

"அவருக்கு இரக்கம் இருக்கலாம். ஆனால் இரக்கப்படற மாதிரி என்னைத் தாழ்த்திக்கிறதுக்கு நான் தயாரா இல்லை."

"நீ என்னென்னவோ பேசுவே வந்தனா! இதில் தாழ்த்திக்கிறதுக்கு என்ன இருக்கு? உனக்குத் தேவை இருக்கு. கம்பெனில வாய்ப்பு இருக்கு. இனாமாக் கொடுக்கலையே. திருப்பிக் கட்டப் போறியே."

"சரி, அதுக்காகக் கம்பெனி விதியை ஏன் மீறணும்? முறைப்படி வர்ற சலுகை எனக்குப் போதும்."

"இது தேவைக்கதிகமான ஈகோவா எனக்குப்படுது. கேட்டாத் தப்பா எடுத்துக்கமாட்டியே?"

"கேளு."

"முறைப்படி நடந்தாப்போதும்னு நினைக்கிறவ. முறைப்படி விளம்பரம் பார்த்து, விண்ணப்பிச்சு, இண்டர்வியூவில் கலந்துக்கிட்டு – திறமை அடிப்படையிலயா வேலைக்குச் சேர்ந்தே? நீ வேலைல சேர்ந்ததே நம்ம எம்.டி. காட்டிய பெரிய சலுகை தானே?"

நச்சென்று முகத்தில் குத்தியது போல உணர்ந்தாள் வந்தனா. திடீரென்று குறுகிப்போய், முகமெல்லாம் சிவந்து போனது. அவள் கேட்ட கேள்வி திராவக வீச்சுப் போலப் பாதித்தது.

படு நியாயமான கேள்வி! எப்படி அதற்குச் சம்மதித்தேன்? வீட்டின் சூழ்நிலையும், அண்ணனின் விளக்கமான ஆலோசனைகளும் என்னைக் கரைக்க, எப்படிச் சம்மதித்தேன்? ஏன் உற்சாகப்பட்டேன்? பல்லிளித்துக் கொண்டுபோய், நன்றி சொல்லி ஏற்றுக்கொண்டது ஏன்?

அதில் நான் அவர் எதிர்பார்ப்பின்படி சம்மதம் தெரிவித்ததால் தான் ஒவ்வொரு படியாய் முன்னேறியிருக்கிறார். அந்த வேலையே எனக்கு உதவும் நோக்கத்தில் தரப்பட்டதில்லை என்பது இப்போது புரிகிறதே!

“என் கேள்வி உன்னைச் சங்கடப்படுத்தியிருந்தால் ஸாரி, மறந்துடு. நாளைக்குப் பார்க்கலாம்” என்று ரேடியோ ஸ்டேஷன் முன்னால் ஸ்கூட்டரைப் பிரியதர்சினி நிறுத்தியதும், இறங்கிக் கொண்ட வந்தனா, நன்றி சொல்லக் கூட மறந்து உள்ளே நடந்தாள், மௌனமாக.

அன்றைக்கு, நிகழ்ச்சி அறிவிப்பில், இரண்டு முறை தடுமாற இருந்து, சமாளித்துக்கொண்டாள். வேலை முடிந்து, அடுத்த நபரிடம் பொறுப்பு மாறியதும் புறப்பட்டவள் கவிதாவைச் சந்தித்தாள்.

“ஹலோ வந்தனா! ஏன் டல்லா இருக்கே? டயமிருக்கா? கொஞ்ச நேரம் பீச்சுல உட்கார்ந்துட்டுப் போகலாமா?”

உடனே வீட்டுக்குப் போவதில் விருப்பமில்லாததால் சம்மதித்தாள் வந்தனா.

வானம் முற்றிலுமாக வெளிச்சத்தைத் தொலைத்துவிட்டு, நிலாவிடம் புகார் சொன்னதும், லட்சம் நட்சத்திர கான்ஸ்டபிள்கள் தேடுவதற்குப் புறப்பட்டிருந்தார்கள். விரைவில் கண்டுபிடிக்கச் சொல்லி, அலைகள் பெரிய குரலெழுப்பிப் போராட்டம் நடத்திக் கொண்டிருக்க, வீசப்பட்ட கண்ணீர்ப் புகையாய்க் காற்று.

முழங்கால்களைக் கட்டிக்கொண்டு, எதிரெதிராக வந்தனாவும், கவிதாவும் ரொம்ப நேரம் மௌனமாக அமர்ந்திருந்தார்கள்.

"கவிதா! நிச்சயமான உன் கல்யாணம் ஏன் நின்னு போச்சு?"

"இப்ப அந்தச் செய்தியோட பரபரப்பு வீட்டிலே அடங்கிப்போச்சு வந்தனா!"

"அதெப்படி?"

"அதைவிட சென்சேஷனல் நிகழ்ச்சிகள் நடந்ததும் அது அடங்கிடுச்சு."

"என்ன நடந்துச்சு கவிதா?"

"திருமதி வசந்தா தியாகராஜன் போனவாரம் பத்தாவது தடவையா அம்மா வீட்டுக்கு வந்திருக்கா. எங்கக்காவைத் தான் சொல்றேன். இந்தத் தடவை, நிரந்தரமா, விவாகரத்து நோட்டீஸ் அனுப்பறதுங்கிற தீர்மானத்தோட."

"கவிதா! என்ன சொல்றே நீ? விவாகரத்தா? உங்கக்காவுக்குக் கல்யாணமாகி ரெண்டு வருஷம் கூட இருக்காதே. அதோட... அது லவ் மேரேஜ் தானே?"

"மூணு வருஷம் விழுந்து, விழுந்து காதலிச்சா வந்தனா! அந்த ஆளை என்னதான் புரிஞ்சுக்கிட்டான்னு எனக்குத் தெரியலை. ரெண்டு கார், ஏ. சி. ரூம்ஸ், வேளைக்கொரு டிரஸ் – அதைப் பார்த்து மயங்கிட்டா. அப்போ குறைகள் தெரியவே இல்லை. தகுதிக்கு மீறின இடம்னு நாங்க எல்லாம் அடிச்சுக்கிட்டோம். சம்மதிக்கலைன்னா தற்கொலைதான்னு பாலிடால் எல்லாம் வாங்கிட்டு வந்து வச்சுக்கிட்டு ஆர்ப்பாட்டம் செஞ்சு சாதிச்சுக்கிட்டா. இப்ப தூணுக்குத் தூண் முட்டிக்கிறா. இப்பத்தான் சுயரூபம் தெரியுதாம்."

"என்னவாம்?"

"பெரிய இடங்கள்ல என்னென்ன உண்டோ? எல்லாம்தான். விபூதி எல்லாம் வெச்சுகிட்டுப் பக்தனாட்டம் வேஷம் போட்டிருக்கான் ராஸ்கல். வேலைக்காரியை விடக் கேவலமா நடத்தறான். அக்கா

உடம்புல ஆறு சூட்டுத் தழும்பு, நான் எண்ணினது. எண்ணாதது எத்தனையோ? எவ்வளவோ பேர் சமாதானத் தூது போயாச்சு. மத்தியஸ்தம் பேசிப் பார்த்தாச்சு. அவன் போக்கு மாறலை. பொறுத்துப் பொறுத்துப் பார்த்துட்டு வந்து சேர்ந்துட்டா. இந்த லட்சணத்தில நாலு மாசம் வேற. அப்பா வக்கீல் வீட்டுக்கு அலைய ஆரம்பிச்சுட்டார். இவ குங்குமப்பூ சாப்பிட்டுகிட்டே குமுறிக் கொந்தளிக்கிறா. இந்த ரகளைல என் கல்யாணம் நின்னு போன பிரச்னை நசுங்கிக் காணாமலே போய்டுச்சு."

வந்தனா மௌனமானாள். அந்த முகம் தெரியாத தியாகராஜன் மேல் ஆத்திரம் பொங்கியது. இத்தனை பிரச்னைகளுக்கிடையில் அவள் நான்கு மாதம் என்றது மனத்தில் அருவருப்பை ஏற்படுத்தியது. எப்படி? எப்படி மனம் ஒன்றாமல்... ச்சே!

மூன்று வருடங்களாகக் காட்டாத குணங்கள் திடீரென்றா அவனுக்கு முளைத்தன? வேஷம்! பொறுமையான வேஷம்! அவள் வாழ்க்கையை நாசம் செய்வதற்காகவே போட்ட வேஷம்! அந்த வேஷத்திற்குக் காதல் என்று ஒரு முகமூடி!

கடற்கரையில் சந்திக்க வரச் சொல்லிக் கவிதையாய்க் கடிதம் எழுதியவனும் ஒரு தியாகராஜன் தான். பொறுக்கிப் பொறுக்கி வார்த்தைகளைக் கோத்து பவ்யமாக நேசத்தைச் சொன்ன அரவிந்த் மட்டும் என்ன விதிவிலக்கு அவனும் ஒரு நாளைய தியாகராஜன்தான்.

ஆனால் சறுக்கி விழ நான் கவிதாவின் அசட்டு அக்கா இல்லை. தூக்கில் பிணமாய்த் தொங்கிய என் பரிதாபத் தோழி இல்லை. கணவனின் வைப்பாட்டிக்குச் சமைத்துப் போட்ட கொத்தடிமை அம்மா இல்லை நான்.

மறுநாள் காலை அனுமதி பெற்று அரவிந்தின் அறைக்குள் வந்த வந்தனா, "இந்தாங்க சார். நான் முடிவெடுத்துட்டேன். இது என் ராஜினாமா லெட்டர்." என்றபடி ஒரு கடிதத்தை நீட்டினாள் அமைதியாக.

——

11

அத்தியாயம்

அமைதியாக வந்தனாவின் கடிதத்தைப் பெற்ற அரவிந்திற்கு ஒன்றும் புரியவில்லை. வந்தனா கொடுத்த கடிதத்தில், சொந்தக் காரணங்களுக்காக ராஜினாமா செய்வதாக முறையாக ஆங்கிலத்தில் டைப் செய்யப்பட்டிருந்தது.

"வந்தனா! என்னங்க இது?"

"அதான் சொன்னேனே, என் ராஜினாமா லெட்டர்" என்றாள் மிக அமைதியாக.

"அது தெரியுது. ஏன்?"

"சொந்தக் காரணங்கள்னு குறிப்பிட்டிருக்கேனே..."

"அதான் என்ன?"

"மன்னிக்கனும் சார்! அதை நான் சொல்ல வேண்டிய அவசியம் இல்லைன்னு நினைக்கிறேன்."

"வந்தனா! ஏன் இப்படிப் பேசறீங்க? நான் நேத்து எதுவுமே தப்பாப் பேசிடலையே. வரம்பு மீறி எதையும்

சொல்லிடலையே. என் விருப்பத்தைச் சொன்னேன். யோசிச்சு உங்களை முடிவெடுக்கச் சொன்னேன்."

"இதான் என் முடிவு."

"புரியலையே, என்ன அர்த்தம் இதுக்கு?"

"உங்க யோசனையை நான் ஏற்கலைன்னு அர்த்தம். உங்க நோக்கப்படி எல்லாம் விளையாடறதுக்கு நான் பொம்மை இல்லைன்னு அர்த்தம்."

"சத்தியமா நீங்க பேசறது எனக்குப் புரியலை."

"உங்க நடிப்பைக் கூடத்தான் நான் புரிஞ்சுக்காம இருந்துட்டேன்."

"நடிப்பா, எது?"

"என் குரலைப் புகழ்ந்தது, விளம்பரத்துக்குப் பயன்படுத்தினது, வேலை போட்டுத் தந்தது, மொபெட் வாங்கிக்கச் சொன்னது... இது எல்லாம்தான்."

"என்னங்க, வந்தனா? இப்படியெல்லாம் பேசறீங்க. நான் உங்க மேல உள்ள உண்மையான பிரியத்தால தான்..."

"ஸ்டாப் ப்ளீஸ். சார்! இதைப்பத்தி விரிவா வாதம் செய்ய நான் விரும்பலை. நீங்க செஞ்ச உதவிகளுக்கெல்லாம் நன்றி. நான் வர்றேன்."

"வந்தனா! நான் சொல்றதைக் கேளுங்க. நிதானமாப் பேசி முடிவெடுக்கலாம். ஹலோ!" அரவிந்த் சொல்லிக் கொண்டேயிருக்க, வந்தனா வேகமாக நடந்து வெளியேறினாள்.

தொப்பென்று இருக்கையில் விழுந்தான் அரவிந்த். தன்னைக் கசக்கி எறியப்பட்ட ஒரு காகிதமாக உணர்ந்தான்; கவண் கல்லில் தாக்கப்பட்டு தரையில் வீழ்ந்த புறாவாக, மிதித்து நசுக்கப்பட்ட சிகரெட் துண்டாக...

ஏன் இவ்வளவு பெரிய தாக்குதல்? எதற்காக இப்படி திராவகத்தில் நனைத்த வார்த்தைகள்? தெளிவாகத் தானே

சொன்னேன்? முறையாக, பண்போடுதானே சொன்னேன்? சம்மதித்தாக வேண்டும் என்று கட்டளையாகச் சொன்னேனா, மிரட்டினேனா, எதுவும் இல்லையே! ஒரு விண்ணப்பமாக, ஒரு வேண்டுகோளாகத் தானே, அவள் முன் வைத்தேன்? எத்தனை நாள்கள் யோசித்து: பேச வேண்டியதை மனத்திற்குள் மறுபடி மறுபடி ஒத்திகை பார்த்து, பக்குவமாகத்தானே சொன்னேன்? நாளைக்கே பதில் சொல்ல வேண்டும் என்றுகூடக் கட்டாயப்படுத்தவில்லையே!

ஏன் இத்தனை பெரிய முடிவை எடுத்தாள்? எல்லாம் நடிப்பு என்றாளே... ஏன்? வேலையையே உதறிவிட்டுப் போக வேண்டிய அளவிற்கு வெறுப்பு ஏற்படக் காரணம்?

போன் அடித்தது. எடுத்து, "ஹலோ, அரவிந்த் பேசறேன்." என்றான்.

"உங்களைப் பார்க்க சில ஏஜெண்ட்ஸ் வந்திருக்காங்க. நீங்கதான் வரச் சொல்லியிருந்தீங்க..."

"நீங்களே அவங்களைப் பார்த்துப் பேசியனுப்பிச்சிடுங்க மேனேஜர்!"

"சரி சார்! ஒரு மணிக்கு ஃபாக்டரி விசிட் போலாம்னு..."

"அதையும் கேன்சல் பண்ணிடுங்க. நாளைக்குப் போகலாம்."

வெறுப்பாக ரிசீவரை வைத்தான் அரவிந்த்.

குப்தாவின் முன்னால் மௌனமாக நின்று கொண்டிருந்தாள் வந்தனா குப்தா பான் பீடா குதப்பிக்கொண்டே, "ஒரு மாசம்கூட ஆக லேது. அதுக்குள்ளே எந்துகம்மா அந்த வேலையை ராஜினாமா சேஸ்த்தாவு?" என்றான்.

மேஜையின் கண்ணாடிப் பரப்பை நகத்தால் கீறிக்கொண்டே, "சார்! அந்த கம்பெனி பாஸோட நோக்கம் எனக்குப் பிடிக்கலை. பிடிக்காதவரோட ஆஃபீஸ்ல வேலை பார்க்கிறது குறுகுறுப்பாக இருக்கும். அதனாலதான். எப்ப எந்தப் பிரச்னைன்னாலும்

என்கிட்டே வரலாம்னு நீங்க சொன்னதாலதான் வந்தேன். இங்கேயே முன்னே மாதிரியே பார்ட் டைமா வேலை பார்க்கட்டுமா சார்? வேற யாரையும் சேர்த்துட்டீங்களா?" என்றாள் வந்தனா.

குப்தா கண்மூடி யோசித்தான்.

"பெத்த நாய்னா எக்கடரா." என்றான் ஒரு சிப்பந்தியிடம்.

"நீங்கதான் சார் வசூலுக்கு அனுப்பினீங்க."

"அவுனு, அவுனு, இக்கட கூடம்மா வந்தனா! உனக்கு அந்த பார்ட் டைம் வேலையைக் கொடுக்கறதா இல்லை." என்றான்.

"சார்! ப்ளீஸ்... உங்களை நம்பித்தான் நான் துணிச்சலா ராஜினாமா செஞ்சேன்."

"உண்டம்மா. நேனு இன்னும் முடிக்கலையே, இங்கே உன்னை ஃபுல் டைம் க்ளெர்க்காவே சேர்த்துடலாம்னு இருக்கேன். ஏன்னா, வேலைகளும் அதிகமாய்டுச்சு. உனக்கு எட்டு நூறு சம்பளம் இஸ்த்தானு, ஏமி செப்தாவு?"

"சார்! ரொம்ப தேங்ஸ் சார்" என்றாள் கலக்கின கண்களுடன்.

"மனுஷிகு மனுஷி தேங்ஸ் செப்பவொத்தும்மா. இவனுக்குச் சொல்லு." என்று மேஜையின் மேலிருந்த புத்தகங்களை, ஃபைல்களை நகர்த்தி வேங்கடாசலபதியைக் காட்டினான். "ஏடு கொண்டல வாடா" என்று கன்னத்தில் போட்டுக்கொண்டான்.

◈◈◈

வள்ளுவர் கோட்டத்தின் கல் தேர் அருகில் மார்பிள் போர்த்தின படிக்கட்டுகளில் வந்தனாவும், அவள் அண்ணன் கோபியும் அமர்ந்திருந்தார்கள். டூரிஸ்ட் கூட்டம் கும்பல் கும்பலாக நகர்ந்து கொண்டிருந்தது. இருள் வந்து கொண்டிருந்தது. அருகில் எங்கோ ஆரம்பிக்கப் போகிற அரசியல் கூட்ட மேடையில் இருந்து கட்சிப் பாடல் ஒலித்துக் கொண்டிருந்தது.

“ஏன் பேச மாட்டேங்கறே கோபி?” என்றாள் வந்தனா, தன் கடலைப் பொட்டலத்தில் இருந்து கொஞ்சம் உள்ளங்கையில் கவிழ்த்துக்கொண்டு, அவனிடம் நீட்டியபடி.

“உன் போக்கை என்னால புரிஞ்சுக்க முடியலை வந்தனா!”

“நான் முடிவெடுத்ததிலே என்ன தப்பு?”

“எல்லாமே தப்போன்னு படுது. உன் அளவுகோல் தப்போன்னு படுது. உன் கண்ணோட்டமே தப்போன்னு படுது. உன்கிட்டே ஏன் பாசிட்டிவ் அணுகுமுறையே இல்லாம போச்சுன்னு புரியலை வந்தனா!”

“விளக்கமா சொல்லு கோபி! என் அணுகுமுறை எங்கே, எப்படி தப்புங்கறே?”

“அரவிந்த் உன்னை நேசிக்கிறதாத்தானே சொன்னான்? வர்றியா, ஹோட்டல்ல ரூம் போடலாம்னா கேட்டான்?”

“இல்லை. அதுக்காக?”

“வெய்ட். நீ என்னைக் கல்யாணம் செய்துக்கச் சம்மதிக்கலைன்னா உன்னை வேலைலேர்ந்து எடுத்துடுவேன். உன் குடும்பத்துக்குத் தொந்தரவு கொடுப்பேன். இந்த மாதிரி ஏதாவது சொன்னானா?”

“இல்லை.”

“உன்னோட முடிவைத்தானே கேட்டான்? இதிலே நீ ஆத்திரப்படவோ, பொங்கறதுக்கோ என்ன இருக்கு? உனக்கு அவனைப் பிடிக்கலையா? எதுவா இருந்தாலும் அவனை மாதிரியே நீயும் மனம் திறந்து இந்த, இந்தக் காரணங்களால எனக்கு இதில சம்மதமில்லைன்னு நாகரிகமாச் சொல்லலாமே. அதை விட்டுட்டு வெடுக்குன்னு ராஜினாமா செய்யறது அவனை அவமானப்படுத்தற மாதிரி இல்லையா?”

“ஆமாம். அதனாலதான் அப்படி செஞ்சேன்.”

“எதுக்காக அவமானப்படுத்தணும் வந்தனா?”

“அவர் செய்கைகளால் என்னை அவமானப்படுத்தலையா? என்னை அடையணுங்கிற லட்சியத்தை மனசில வச்சிக்கிட்டு அதுக்காகத் திட்டம் போட்டு... படிப்படியா இறங்கியிருக்கார் கோபி! உதவறேன், உதவறேன்னு சொல்லிக்கிட்டு என்னை அவரோட கட்டுப்பாட்டுக்குக் கீழே கொண்டு வந்து, ‘இப்ப கேட்டா, இவ எங்கே மறுக்க முடியும்’ங்கிற திமிர்ல பேசியிருக்கார். பேச்சு பண்பாடானது தான். அந்தச் சூழ்நிலையை உருவாக்கின நரித்தனம் இருக்கே, அது என்னைக் காயப்படுத்திடுச்சு.”

“வந்தனா! தன்மானம் அவசியம்தான். பார்க்க வேண்டியதுதான். இந்த அளவுக்குப் பார்க்கணுமான்னு தெரியலை. ஓவர் சென்சிடிவா இருக்கே நீ. இது இந்த பிராக்டிகல் உலகத்துக்குச் சரியா வராதும்மா.”

வந்தனா மௌனமாகக் கடலை சாப்பிட்டாள்.

“அரவிந்த் கேட்டதிலே தப்பில்லைன்னு நினைக்கிறேன். அவன் நடந்துக்கிட்ட விதங்கள்லேயும் தப்பிருக்கிற மாதிரி எனக்குப்படலை.”

“உனக்குப் படாதுண்ணா! ஏன்னா, நீயும் ஓர் ஆம்பளை. விடு. இத்தோட இந்த விவகாரத்தை விடு. வீட்டுக்குப் போகலாம்.” என்று எழுந்துகொண்டாள் வந்தனா.

ஒரு பெருமூச்சை வெளியேற்றி விட்டு, பாண்ட் பாக்கெட்டில் இருந்து ஸ்கூட்டர் சாவியை எடுத்துக்கொண்டு எழுந்தான், கோபி.

“அம்மாகிட்டே விவரமாச் சொல்லலை. ஆபீஸ் பிடிக்கலை, வந்துட்டேன்னேன். குப்தா கடையில் ஃபுல் டைம் கிளர்க்கா சேர்ந்ததைச் சொன்னதால நோண்டி நோண்டிக் கேக்கலை. நீயும் விவரமாகச் சொல்ல வேணாம்.”

◈◈◈

கிருஷ்ணன் தன் மோட்டார் பைக்கை அரவிந்த் வீட்டின் போர்ட்டிகோவில் நிறுத்தி இறங்கினான். எதிர்ப்பட்ட வேலைக்காரனிடம், "அரவிந்த் இருக்கானா?" என்று விசிலிலேயே கேட்டான்.

"இருக்கார். கோபமா இருக்கார்."

"கோபமாவா? ஏன்?"

"நான் கேட்டா சொல்லிடுவாரா?"

"மாட்டான். நான் கேட்டா சொல்வான். ஆபீஸ்லேர்ந்து எப்போ வந்தான்?"

"காலைல பதினோரு மணிக்கெல்லாம் வந்துட்டார். மறுபடி போகவே இல்லை. மத்தியானம் சாப்பிடவே இல்லை."

"என்ன இது?"

கிருஷ்ணன் மாடிப்படிகளில் விரைந்து ஏறி அரவிந்தின் அறைக்குள் வர, அது ஒரு விளக்குக்கூட இல்லாமல் இருட்டாக இருந்தது. வரிசையாக சுவிட்ச்களைத் தட்ட கட்டிலில், தலைக்கடியில் கைகளைச் செருகி அரவிந்த் படுத்திருந்தான்.

"டேய்! என்னடா ஆச்சு? உடம்பு எதுவும் சரியில்லையா?" கிருஷ்ணன் கட்டிலில் அமர்ந்து நெற்றியைத் தொட்டுப் பார்த்தான்.

"அதெல்லாம் ஒண்ணுமில்லை." என்று எழுந்து அமர்ந்தவனின் கண்கள் சிவந்திருந்தன.

"என்ன நடந்துச்சு? அழுதியா என்ன? வந்தனா விஷயமா?"

ஆமோதிப்பதாகத் தலையசைத்தான்.

"என்ன சொன்னா? இஷ்டமில்லைன்னுட்டாளா?"

"அப்படிச் சொல்லியிருந்தா கூட கொஞ்சம் மனசு ஆறுதலா இருக்கும்" என்ற அரவிந்த் காலையில் வந்தனா வந்து ராஜினாமா கடிதம் கொடுத்துப் பேசிச் சென்றதை விவரித்தான்.

“நினைச்சேன். இந்த மேட்டருக்குக் க்ளைமாக்ஸ் இப்படித்தான் இருக்கும்னு நினைச்சேன்! சொன்னனே ரொம்ப ராங்கித்தனம் தெரியுதுன்னு, நீதான் உருகினே. நான்தான் வீட்டுக்குப் போய்ப் பார்த்தேனே... போர்ஷன் தான். விருந்தாளி ரெண்டு பேர் வந்துட்டா திணறும். ஆனா பாரு. அவ மனசுல ராஜகுமாரின்னு நினைப்பு.”

“அப்படிச் சொல்லாதே கிருஷ்! என்னால அவளை வெறுக்க முடியலை. ஏன் என்னை வெறுக்கறான்னு தெரிஞ்சுக்கணும். வியாபாரத்தில் எவ்வளவோ ஜெயிச்சிருக்கேன். வாழ்க்கை விஷயத்தில இது ஓர் அசிங்கமான தோல்வி. காரணம் புரியாத தோல்வி. எந்த வகையில நான் அவளோட அன்பைச் சம்பாதிக்கத் தகுதியில்லாதவனாப் போனேன் கிருஷ்?”

கிருஷ்ணன் சிகரெட் பற்றவைத்தபடி கேட்டான். “அரவிந்த்! இந்த மாதிரி விஷயத்தில உன் யோசனை எடுபடாதுன்னு சொன்னா கேக்கலை. என் யோசனைக்கு வர்றியா? வெற்றிக்கு நான் கியாரண்டி. இப்ப என்ன சொல்றே?”

——

12

அத்தியாயம்

“என்ன சொல்றே நீ?” என்றான் அரவிந்த்.

கிருஷ்ணன் உடனே எழுந்துகொண்டு, “இரு. இந்த மாதிரி விஷயமெல்லாம் பூமில நின்னு பேசக்கூடாது. மிதந்துக்கிட்டுப் பேசணும். வர்றேன் இரு” என்று இறங்கிச் சென்று தனது பைக் சைடு பாக்ஸில் இருந்து அந்த வெளிநாட்டு விஸ்கி பாட்டிலை எடுத்துக்கொண்டு மீண்டும் மாடிக்கு வந்தான்.

“ஒரு கஸ்டமர் கொடுத்தார்” என்றவன் ரெஃப்ஜிரேட்டரைத் திறந்து ஐஸ்வாட்டர் எடுத்தான். இரண்டு டம்ளர்கள் எடுத்து வந்து அவனே கலந்தான்.

“டேய்! எதுக்குடா இப்ப இது!” என்றானேயன்றி அரவிந்த் முழு மனத்துடன் மறுக்க முன்வரவில்லை. எதிலாவது தன் மனநிலையை ஒளித்துக்கொள்ள வேண்டுமென்று தான் இருந்தது.

“பிடி, குடி, அப்புறம் சொல்றேன்.”

வாங்கிக்கொண்ட அரவிந்த் கடகடவென்று குடித்தான். கிருஷ்ணன் கீழே சமையலறைக்குச் சென்று தட்டில் மிக்சர் கொட்டி எடுத்து வந்தான். "எதாசும் வாங்கிட்டு வரச் சொல்லலாம்னு பார்த்தேன். எல்லாரும் போய்ட்டாங்க."

"ஆறு மணியானா எல்லாரும் போய்டுவாங்க கிருஷ்!" என்றவன் இலேசாகப் போதையை உணர ஆரம்பித்தான். எதிரே கிருஷ்ணன் பிடித்திருப்பது ஒரு கிளாஸா, இரண்டு கிளாஸா?

இரண்டாவது ரவுண்டு இரண்டு பேருக்கும் ஊற்றிக்கொண்டு கிருஷ்ணன் சொன்னான், "அரவிந்த்! உனக்கு வியாபார விஷயத்தில் மட்டும் தான் மூளை பிரமாதமா வேலை செய்யுது. பலான விஷயங்கள்ல நீ எல். கே. ஜி. கூடத் தாண்டலை கண்ணா!"

"ஏன் அப்படிச் சொல்றே?"

"உனக்கு லேடீஸ் சைக்காலஜி தெரியலையே. ஒரு மாசம் உன் ஆபீஸ்ல வேலை பார்த்தவளை உன்னால மடக்கிப் போட முடியலையே."

"எனக்கு அவளோட இயல்பான சம்மதம் வேணும்னு விரும்புறேன் கிருஷ்..."

"உன் தலை! சரி, அதுக்குத்தான் என்ன முயற்சி செஞ்சே?"

"பக்குவமா மனசைத் திறந்து பேசினேன்."

"வெண்டைக்காய் மாதிரி வழவழன்னு, 'வரம் கொடு சாமி'ன்னு கோயில்ல வேண்டற மாதிரி, மண்டி போடாத குறையா வேண்டியிருக்கே. அதான் தப்புன்னு சொல்றேன். பொம்பளைங்களுக்கு எப்பவுமே கெஞ்சற ஆம்பளையை விட, கொஞ்சற ஆம்பளையைத்தான் பிடிக்கும். நீ முழம் முழமா டயலாக் அடிச்சதுக்குப் பதிலா இன்னொரு காரியம் செஞ்சிருந்தேன்னு வையி, இந்நேரம் அவ சரண்டர் ஆகி உன் காலடில விழுந்திருப்பா... மிஸ் பண்ணிட்டே மச்சான்!"

"என்ன செஞ்சிருக்கணுங்கறே?"

“வந்தனா! ஐ லவ்யூ - ன்னு சடார்னு சொல்லி, அவ முகத்துல திகைப்பு மாறக்கூட அவகாசம் கொடுக்காம, சட்டுன்னு இறுக்கமா கட்டிப்பிடிச்சிருக்கணும். உடனடியா ஒண்ணும் புரியாமே அவ சர்வநாடியும் ஒடுங்கியிருப்பா. அவ துள்ளல் எல்லாம் கவுந்திருக்கும்.”

“போடா முட்டாள்! கன்னத்தில அறைஞ்சு, சத்தம் போட்டு மானத்தை வாங்கியிருப்பா.”

“நோ! அங்கதான் நீ தப்பு பண்றேங்கறேன். ஒரு பெண்ணு ஒருத்தன் தன்கிட்டே இப்படி நடந்ததை வெளில சொன்னா யாருக்கு அவமானம்னு யோசிப்பா. ரொம்ப யோசிக்கிற வர்க்கம் அது. ஜாக்கிரதை! உணர்ச்சி அதிகம். அதனால உள்ளுக்குள்ளே குமுறுவா. ஆனா வெளில சொல்ல மாட்டா. தனிமைல யோசிக்கிறப்போ உன் மேல கோபம் வரும். ஆனாலும் மனசு உள்ளூர அதை நினைச்சு ரசிக்கும். மற்றோர் அனுபவத்துக்கு ஏங்கும். இருண்ட வீட்ல மெயின் சுவிட்சைப் போட்டா வீடு பூரா விளக்கெரிய வைக்க முடியும் இல்லையா? அந்த மாதிரி அந்த நெருக்கத்துக்கு அவளுக்குள்ளே செயின் ரியாக்ஷன் ரகசியமா நடக்கும். அவ விரும்பினாலும் விரும்பாட்டாலும் அடி மனசு அதை நினைச்சு நினைச்சு உருகும். அது ஏற்படுத்தற கிளர்ச்சி அடுத்தடுத்த மயக்கங்களை உற்பத்தி பண்ணும். அது கோபத்தைக் கழுவித் தள்ளிடும். அப்படி நடந்துட்டவனை அந்தரங்கமா நேசிக்க வைக்கும். ஒரு கன்னிப் பொண்ணுகிட்டே நெருங்கறதில இவ்வளவு பின்விளைவுகள் இருக்கு மச்சான்! நீ என்னடான்னா மூஞ்சையே நிமிர்ந்து பார்க்காம ‘யோசிச்சு சொல்லு - அடுத்த மாசம் சொல்லுன்’னு கடன் கேக்கறவன் மாதிரி கெஞ்சினா, அவ இப்படித்தான் அலட்சியம் செய்வா.”

அரவிந்த் போதையின் ஆக்ரமிப்பில் கிருஷ்ணன் சொல்வதெல்லாம் சரிதானோ என்று யோசிக்கத் தொடங்கினான், “இன்னொரு லார்ஜ் ஊத்து.”

கிருஷ்ணன் மேலும், மேலும் ஊற்றி... அரவிந்த் நான்காவது ரவுண்டில் முற்றிலும் போதையேறி எழுந்து நின்று, “கிருஷ்ணா!

இந்த விஷயத்தில் நான் தோத்துட்டேன். நான் தோத்துட்டேன்” என்று புலம்ப ஆரம்பித்தான்.

“உக்காரு முதல்ல. புலம்பாதே. இது தற்காலிகத் தோல்வி. இப்பவும் ஒண்ணும் கெட்டுடலை. நீ வந்தனாவைக் கல்யாணம் பண்ணிண்டே ஆகணுமான்னு உறுதியாச் சொல்லு...”

“ஆமாம், ஆமாம். கிருஷ்! அவளை நான் லவ் பண்றேன். ரொம்ப ரொம்ப லவ் பண்றேன்.”

“அவதான் உன்னை அலட்சியப்படுத்தறாளே...!”

“அந்த அலட்சியம் எனக்குப் பிடிச்சிருக்கே கிருஷ்ணா! அவ எது செஞ்சாலும், எது பேசினாலும் அவளை ரசிக்கச் சொல்லுதே தவிர, - கோபப்படச் சொல்லலையே மனசு.”

“ரைட். கடைசி கடைசியா ஒரு தடவை அவளைக் கேட்டுடறியா? நான் சொல்ற வழியைக் கடைப்பிடிக்கிறியா?”

“அவதான் வேலையை ராஜினாமா செஞ்சுட்டாளே... இனிமே எங்கேடா சந்திக்க முடியும்?”

“முடியும். இந்த ரூம்லயே சந்திக்கலாம். இப்பவே சந்திக்கலாம். நான் ஏற்பாடு செய்யறேன்.”

“வந்தனா இங்கே வருவாளா? ப்ளீஸ்... அவளை வரச் சொல்லுடா... நான் என்ன தப்பு செஞ்சேன்னு கேட்கணும். எதுக்காக என்னைப் பிடிக்கலேன்னு கேட்கணும். நான் ஏதாச்சும் தப்பாப் பேசியிருந்தால் அவ கால்ல விழுந்து மன்னிப்பு கேட்கக் கூடத் தயாரா இருக்கேண்டா.”

“பார்த்தியா, பழையபடி உன் ட்ராக்ல போய்ட்டியே...”

கிருஷ்! யாரும் என்னை வெறுக்கக்கூடாதுடா. குறிப்பா வந்தனா என்னை வெறுக்கக் கூடாது. நான் அவ மேல உயிரையே வச்சிருக்கேன். “போ! போடா! சொல்லுடா! என்னைப் பத்திச் சொல்லுடா! அவளைக் கூட்டிக்கிட்டு வா! இப்பவே கூட்டிக்கிட்டு வா...”- கத்த ஆரம்பித்தான் அரவிந்த்.

“உனக்குக் கொஞ்சம் ஓவராய்டுச்சு. அப்படியே படு, சொல்றேன்.”

“அவளைக் கூட்டிக்கிட்டு வர்றியா, நான் கேட்கணும். என்ன தப்பு செஞ்சேன்னு கேட்கணும். ப்ளீஸ் வந்தனா! என்னை விட்டு விலகாதே. உன் மேல நான்...”

நான்கு ரவுண்டு உள்ளே இறங்கியிருந்தாலும் ஸ்டெடியாக, நல்ல மனநிலையில் இருந்த கிருஷ்ணன் சில நிமிடங்கள் நகம் கடித்துக்கொண்டு யோசித்தான்.

பிறகு டெலிபோனை, எடுத்து மடியில் வைத்துக்கொண்டு, “அரவிந்த்! வந்தனா வேலை பார்த்த கடை போன் நம்பர் என்ன? அவங்ககிட்டே வந்தனா வீட்டுக்குப் பக்கத்தில ஏதாச்சும் போன் நம்பர் இருக்கான்னு கேட்கலாம்.” என்றான் கிருஷ்ணன்.

மனப்பாடமாகச் சொன்னான் அரவிந்த்.

“ஹலோ, குப்தா பேசறேன்.”

“வணக்கம் சார். உங்க கடையில் வேலை பார்த்தாங்களே மிஸ். வந்தனா, அவங்க வீட்டுக்குப் பக்கத்திலே ஏதாச்சும் போன் இருக்கா?”

“எதுக்கு?”

“முக்கியமா அவங்க கூடப் பேசணும். அரவிந்த்னு பேரு. அவங்களுக்குத் தெரிஞ்சவன் நான்.”

“வந்தனா இப்ப நம்ம கடையில தான் வேலை பார்க்குது. கூப்புடறேன். பேசுங்க சார்.”

கிருஷ்ணன் ‘அட!’ என்று வியந்தான்.

“ஹலோ, வந்தனா பேசறேன் - யாரு?”

“நான் கிருஷ்ணன் பேசறேங்க. அரவிந்த் வீட்டிலேர்ந்து பேசறேன். நீங்க பாட்டுக்கு அலட்சியமா ராஜினாமா லெட்டர் கொடுத்துட்டுப் போய்ட்டீங்க. இங்கே என்ன நடந்துச்சுன்னு தெரியுமா? சரியான கோழைங்க அவன்! ஆபீஸ்லேர்ந்து வீட்டுக்கு வந்து விஷத்தைக் குடிச்சுட்டான். நான் யதேச்சையா வந்தவன்

பார்க்கலைன்னா ஆள் காலி. உடனே டாக்டரைக் கூப்பிட்டு அவனை வாந்தி எடுக்க வச்சு ஒரே அமர்க்களமாயிடுச்சு. மயக்கமானவன் இப்பத்தான் கண்ணைத் திறந்து பார்க்கிறான். உங்களை உடனே பார்க்கணுமாம். என்னமோ சொல்லணுமாம். ப்ளீஸ், கொஞ்சம் வந்திட்டுப் போறீங்களா?"

எதிர்முனை மௌனமாக இருந்தது.

"நான் வேணும்னா கார் எடுத்துக்கிட்டு வந்து உங்களை 'பிக்கப்' பண்ணிக்கிட்டு வரட்டுமா? பத்தே நிமிஷத்தில் நானே கொண்டாந்து விட்டுடறேன். உங்களை நினைச்சு விஷம் குடிச்சவன் கூப்பிடறான். மன்னிப்புக் கேட்கணும்னு சொல்றான்."

எதிர்முனை மௌனம் சாதித்தது.

"சொல்லச் சொன்னான். சொல்லிட்டேன். வச்சுடட்டுமா?"

"வர்றேன்னு சொல்லுங்க."

ரிசீவரை வைத்துவிட்டு அரவிந்தைப் பார்த்தான் கிருஷ்ணன். "கை கொடுடா. வர்றா. இப்பவே வர்றா. உன் மேல கொஞ்சங்கூட ஆசை இல்லைன்னா அவர் செத்தா எனக்கென்ன, பிழைச்சா எனக்கென்னன்னு பேசி வச்சிருப்பா."

"டேய், என்னென்னவோ பொய் சொன்னியே, ஏண்டா?"

"ஆயிரம் பொய் சொல்லிக் கல்யாணம் செய்யலாம்னா, ஒரு பொய் சொல்லி நான் காதல் ஏற்படுத்தக் கூடாதா? இந்தா, இன்னும் கொஞ்சம் ஊத்திக்கோ. நான் சொன்னதெல்லாம் மனசில வச்சிக்கோ. இரும்பு சூடா இருக்கிறப்போ அடிச்சாத்தான் வளையும். இப்ப அவ உன் மேல ஒருவித இரக்க உணர்வோட வர்றா. இந்தச் சந்தர்ப்பத்தை விட்டுடாதே. அவளை அப்படியே கட்டிப்பிடிச்சு..."

"டே... டேய்! அதெல்லாம் தப்புடா." என்றானே தவிர... போதை அரவிந்தைக் காரணமின்றி அகலமாகச் சிரிக்க வைத்தது.

ஆட்டோவில் இருந்து இறங்கி லேசான பதற்றத்துடன் வந்தனா வீட்டின் ஹாலுக்குள் வந்தபோது, அங்கே கன்னத்தில் கைதாங்கிச் சோகமயமாக அமர்ந்திருந்த கிருஷ்ணன் தன் நிலையை மாற்றிக் கொள்ளாமல், "வாங்க... மாடில இருக்கான். போய்ப் பாருங்க." என்றான்.

வந்தனா கலக்கமான மனத்துடன் படியேறினாள். எவ்வளவு பெரிய தொழில் அதிபன் இவன். இப்படியா கோழைத்தனமாகச் செயல்படுவான்? நான் நிராகரித்ததற்காக விஷமே குடித்தான் என்றால்... அந்த அளவிற்கா என்மேல் ஆசையை வளர்த்து வந்திருக்கிறான்...! என்ன இருந்தாலும் தற்கொலையா முடிவு? ஆறுதல் சொல்ல வேண்டும்.

வந்தனா மாடியில் அரவிந்தின் அறைக்குள் வந்தபோது லேசாக ஆல்கஹால் வாடை உணர்ந்தாள். படுக்கையில் அரவிந்த் தோள்வரை போர்த்திக்கொண்டு படுத்திருந்தான்.

"சார்!" என்று அழைத்துக் கொண்டே அவனை நெருங்க, விஸ்கி வாடை அதிகமாகி அவள் மூக்கைச் சுளிக்க வேண்டியதாயிருந்தது.

"வா, வந்தனா!" என்று எழுந்து அமர்ந்த அரவிந்தின் கண்கள் சிவந்திருந்தன. அவனிடமிருந்து தான் வாடை வருகிறது என்று அவள் உணர்ந்த சமயம் அவன் எழுந்தான். "நீ என்னை எத்தனை அலட்சியப்படுத்தினாலும் சரி, வந்தனா, ஐ லவ் யூ! ஐ லவ் யூ வெரிமச்." என்றவன் சட்டென்று உடனே தாவி அவளை அணைத்தான், ஆர்வம் பொங்க.

——

13

அத்தியாயம்

பொங்கி வழியும் போக்குவரத்திற்கு இடையே அண்ணாசாலையில் கோபி வந்து கொண்டிருந்தான், ஸ்கூட்டரில். நியான் விளம்பர சாகஸங்கள் கட்டடங்களின் விலாவில், இருட்டைத் துளை போடும் ஆயிரம் வெளிச்சக் கத்திகள் ஏந்திய வாகனங்கள் சாலையில். காற்றில் மழைக்கான முன் குறிப்பு இருந்தது. கோபி சிக்னலில் நின்றபோது, நேரம் பார்த்தான். குப்தாவின் கடை மூடும் நேரம். வந்தனாவை பிக்கப் செய்துகொண்டு போகலாம். பச்சை வர... புறப்பட்டான்.

இந்த எண்ணம் வந்ததும் வண்டியின் வேகத்தைக் குறைத்து, அந்த காம்ப்ளெக்ஸ் வாசலில் பார்க்கிங் பகுதியில் நிறுத்திவிட்டு நடந்தான். டமடமவென்று ஷட்டர்களை அங்கங்கே இறக்கிக் கொண்டிருந்தார்கள். பிளாட்பார வியாபாரிகள் பெரிய பாலிதீன் சாக்குகளில் பொருள்களை அள்ளிப் போட்டு, பெட்ரோமாக்ஸின் காற்றைப் பிடுங்கிவிட்டுக் கொண்டிருந்தார்கள்.

கோபி படிகள் ஏறி குப்தாவின் கடையை சமீபித்தபோது, குப்தா வெளியே நின்று கக்கத்தில் ஓர் உப்பின லெதர் பையுடனும், விரலில் சுழலும் கார் சாவியுடனும், சிகரெட் பிடித்துக் கொண்டிருக்க, கடையின் நான்கு ஷட்டர்களில் மூன்றைப் பூட்டி, நான்காவதை இழுத்து விட்டுக் கொண்டிருந்தார்கள் இரண்டு ஊழியர்கள்.

“கோபி சார், வாங்க.” என்றான் குப்தா. “சிகரெட் பட்தாரா?”

“வேணாம். வந்தனா எங்கே? வீட்டுக்குப் போயாச்சா?”

“வீட்டுக்குக் காதண்டி. பழைய முதலாளி... வாடு பேரு ஏமி?”

“அரவிந்த்.”

“ஆ அரவிந்து! ஆ அரவிந்த் போன் செஞ்சாரு. வந்தனா பதற்றமா என்னமோ பேசிச்சு. அவசரமாப் போகணும்னு காரணம் எதுவும் செப்பகண்டா புறப்பட்டுப் போச்சு, இன்னும் வீட்டுக்கு வரல்லையா?”

“நான் வீட்லேர்ந்து வரலை. அவ வீட்டுக்கு வந்திருக்கலாம். வந்தனா இங்கேர்ந்து புறப்பட்டுப் போனது எப்போ?”

“ஒரு மணி நேரமிருக்கும்.”

ஊழியர்கள் கடைசி ஷட்டரையும் பூட்டி சாவிக் கொத்தை குப்தாவிடம் கொடுத்ததும், குப்தா குனிய முடியாமல் குனிந்து, எட்டுப் பூட்டுகளையும் இழுத்துப் பார்த்துவிட்டுக் கோபியிடம் திரும்பினான்.

“ஏமி குழப்பம்?”

“ஒண்ணுமில்லை. வீட்டுக்குப் போனாத் தெரியும். வந்திருப்பா. நான் வர்றேன் சார்!”

கோபி நல்ல இரவுக்கு வாழ்த்திவிட்டு நடந்தான். வண்டியை எடுத்துக்கொண்டு, தன் வீட்டிற்கு வரும் வழியிலேயே கொஞ்சதூரம் இருக்கும்போது வெட்டி வெட்டி நின்று போனது. இறங்கிச் சோதித்தான், பெட்ரோல் இருந்தது. நாற்பது தடவை

உதைத்தும் ஸ்டார்ட் ஆகாமல், இவன் பொறுமை தீர்ந்துபோய் வண்டியைத் தள்ளிக்கொண்டே வந்து நிறுத்திவிட்டு, மாடிக்கு, தன் போர்ஷனுக்குக் களைப்போடு வந்தான்.

எதிர்ப்பட்ட சூர்யாவிடம் கேட்டான். "வந்தனா வந்துட்டாளா?"

"இன்னும் வரலைண்ணா. வர்ற நேரம்தான்."

கோபிக்கு உள்ளே லேசாகக் கலவரமாகியது.

அரவிந்த், மேல் கோபப்பட்டு வேலையை ராஜினாமாச் செய்துவிட்டு, தன் பழைய வேலையை ஏற்றுக் கொண்டுவிட்டாள் இவள். இப்போது அரவிந்த் எதற்காகப் போன் செய்து அழைக்க வேண்டும்? அதுவும் இரவு நேரத்தில். அப்படியே அவன் அழைத்தாலும் அவன் மேல் வெறுப்பாக உள்ள இவள் எதற்காகப் போக வேண்டும்? அதுவும் பதற்றமாக.

"சூர்யா! அக்கா வேலை பார்த்தாளே, அந்தக் கம்பெனி முதலாளி அரவிந்த் போன் நம்பர் உனக்குத் தெரியுமா?"

"அந்த நம்பர்தான் காலண்டர்ல எழுதி வெச்சாங்க. அவசரம்னாக் கூப்புடறதுக்கு."

"அந்த நம்பரை ஒரு காகிதத்தில் குறிச்சுக்கிட்டு வா, சீக்கிரம்."

"ஏன், என்ன விஷயம்?"

"சொன்னதைச் செய்யேன்." சூர்யா குறித்துக்கொண்டு வந்த காகிதத்துடன் கோபி அவசரமாகப் புறப்பட்டு, மூன்றாவது வீட்டில் நுழைந்து, அனுமதி பெற்று போன் செய்தான். பெல் அடித்துக் கொண்டேயிருந்தது. எடுக்க ஆளில்லை. அலுவலகம் எப்போதோ மூடியிருப்பார்கள்.

அரவிந்தின் வீடு தெரியும். நன்றி சொல்ல நேரில் சென்றேனே வந்தனாவுடன். நேரில் சென்று பார்த்து விட்டால் என்ன?

தன் ஊழியை தன்னை அலட்சியப்படுத்தி வேலையை ராஜினாமா செய்து விட்டாளே என்கிற அவமானத்தில், ஆத்திரத்தில் இருப்பவன் அவன். அப்படிப்பட்டவன் போன்

செய்வதும், இவள் பதற்றமாகப் புறப்பட்டுப் போவதும்..., கவலையைத் தருகிறதே.

கோபி மறுபடி வீட்டுக்குக் கூடச் செல்லாமல் பாக்கெட்டைத் தொட்டுப் பார்த்துக்கொண்டு பணம் இருப்பதை உறுதி செய்து கொண்டதும் ஓர் ஆட்டோ பிடித்தான். அரவிந்த் வீட்டிற்குச் செல்லத் தீர்மானித்து ஏரியா சொன்னான்.

◈◈◈

குடி போதையின் முழு ஆக்ரமிப்பில் இருந்த, கண்கள் எல்லாம் சிவந்த அரவிந்த் மூர்க்கத்தனத்துடன் தாவி வந்தனாவைச் சேர்த்தணைத்ததும்... நெருப்புத் தீண்டியவளாக உணர்ந்து பதறினாள் வந்தனா.

“நோ! யூ... ராஸ்கல்” என்று அறைந்தாள்.

வலி உறைக்கவே உறைக்காத அரவிந்த், அவள் இடுப்பில், கோத்திருந்த தனது கைகளைக் கொஞ்சம் கூட தளர்த்திக் கொள்ளாமல் வார்த்தைகள் இடற, தவணை தவணையாகப் பேசினான். “பயப்படாத டார்லிங்! நான் ஒண்ணும் செய்யமாட்டேன். நீ என் டார்லிங். நீ என லவ. நீ என் ஏஞ்சல். நீ என்... அதென்னது... வாழ்க்கைத் துணைவி. உன்னை ஒண்ணும் செய்யமாட்டேன். சொல்லு. ஐ லவ் யூன்னு சொல்லு, ப்ளீஸ், சொல்லு. உன் ஸ்வீட் உதட்டால சொல்லு. சொல்லும்மா என் ராணி! நீ என்னை விரும்புறேதானே? உனக்கு என்மேலே கோபமே இல்லைதானே? கமான் சொல்லு, சொல்லிடு.”

வந்தனாவுக்குக் கோபம் விர்ரென்று மண்டையில் ஏறியது. இப்படி ஒரு மோசமான சூழ்நிலையை அவள் கண்டிப்பாக எதிர்பார்க்கவில்லை. அரவிந்தை இப்படி ஒரு நிலையில் சந்தித்ததுமில்லை.

வந்தனா தன் பலமனைத்தையும் திரட்டி இரண்டு கைகளாலும் அவன் தோள்களைப் பற்றி இழுத்துத் தள்ளினாள். அரவிந்தின் பிடி

தளர்ந்து, பின்புறமாகச் சாய்ந்ததும், நழுவிய சேலைத் தலைப்பை அள்ளிப் போட்டுக்கொண்டு, வாசல் நோக்கி ஓடினவள் திகைத்தாள்.

கதவு சுத்தமாகச் சாத்தப்பட்டு, பூட்டப்பட்டிருந்தது. திரும்பிப் பார்க்க, அரவிந்த் எழுந்துகொண்டு இரண்டு கைகளையும் பறவையின் இறக்கைகள் போல அவளை நோக்கி விரித்துக்கொண்டு, குழந்தையை அழைப்பவன் போலக் கெஞ்சலான குரலில், "போகலாம் வந்தனா! உடனே போய்டலாம். சொல்லிட்டுப் போய்டு வந்தனா! ப்ளீஸ்... என்னை வெறுக்காதே, நீ என்னை வெறுக்காதே, யார் என்னை வெறுத்தாலும் என்னால தாங்க முடியாது. குறிப்பா நீ என்னை வெறுக்கவே கூடாது. வந்தனா! என்னைப் புரிஞ்சுக்கோ. ஐ லவ் யு லைக் எனிதிங். உன் கோபம் எனக்குப் பிடிக்குது. உன் தன்மானம் எனக்குப் பிடிக்குது. என்னை உனக்கு ஏன் பிடிக்கலை? வொய் நாட் யு லவ் மீ?" என்று கேட்டுக் கொண்டே அருகில் வந்தான்.

"நோ! அரவிந்த், நீங்க ஜெண்டில் மேனா இருந்தா முதல்ல என்னைப் போக விடுங்க. இப்படி வரவழைச்சுக் கதவைச் சாத்திட்டு, வலுக்கட்டாயமா என் சம்மதம் கேக்கறது நியாயம் இல்லை. நல்ல மூட்ல கேட்டாலும் சரி, தண்ணி போட்டுட்டுக் கேட்டாலும் சரி... நான் உங்களை நேசிக்கலை, போதுமா? கதவைத் திறந்து விடுங்க."

"அதான் ஏன் என்னை நேசிக்கலை? நான் என்ன தப்பு செஞ்சேன்?"

"அதெல்லாம் என்னால விளக்கம் சொல்லிட்டிருக்க முடியாது. எனக்கு உங்க அணுகுமுறை பிடிக்கலை. எனக்கு எல்லா ஆம்பளைங்களையும் பிடிக்காது. எனக்கு காதல்ல நம்பிக்கை இல்லை. காரணம் சொல்லியாச்சு. போதுமா? கதவைத் திறந்து விடுங்க."

அரவிந்த் அவள் அருகில் வந்தவன் கைகளைக் கட்டிக்கொண்டான். அவள் முகத்தையே பார்த்தான். திடீரென்று சர்ச்சில் பிரார்த்திப்பவனைப் போல மண்டியிட்டு அவளின் கையைப் பிடித்துக்கொண்டான்.

“வந்தனா! இப்பக்கூட எனக்கு உன்மேல கோபமே வரலை. ப்ளீஸ்... என்னை நேசி. உன்மேல் நான் வச்சிருக்கிற அன்பை நான் எப்படி ப்ருவ் செய்யணும்னு சொல்லு, செய்யறேன். நான் சொல்ற எதுவும் விளையாட்டில்லை. சீரியஸ். நூறு சதவிகிதம் சீரியஸ்.”

“கையை விடுங்க அரவிந்த்.”

அதன்பிறகும் அவள் கைகளை விடாமல் கெஞ்சலைத் தொடர்ந்த அரவிந்த், திடீரென்று எழுந்தான். தன் இரையைப் பார்க்கிற ஒரு புலியின் பார்வை அவன் கண்களில் படர்ந்தது.

சட்டென்று அவள் கன்னத்தில் பலமாக அறைந்தான்.

“சொல்லு! என்னை லவ் பண்றேன்னு சொல்லு. என்னைப் பிடிக்கலைன்னு நீ சொல்லவே கூடாது. முடியாது. அதை என்னால தாங்க முடியாது. சொல்லிடு வந்தனா! என்னை வெறியேத்தாதே. நீ சொல்ற வரைக்கும் உன்னைவிடப் போறதே இல்லை. என்ன நடந்தாலும் சரி.”

வாங்கின அறையில் வந்தனா பொறி கலங்கி நின்றாள். ஹிஸ்ட்டீரியா நோயாளியைப் போல, வெறியோடு தான் சொன்னதிலேயே பிடிவாதமாக நிற்கும் அரவிந்தைப் பார்க்கும்போது, இத்தனை நேரம் இருந்த கோபத்தைத் தாண்டி, லேசான பயம் ஏற்பட்டது.

நல்ல போதையில் இருக்கும் இவன் எதையும் காதையும் மனத்தையும் கொடுத்துக் கேட்கும் சூழ்நிலையில் இல்லை. இரவு நேரம். சாத்தப்பட்டுள்ள தனியறை. என்ன செய்யப் போகிறான்? நான் என்ன செய்யப் போகிறேன்?

அரவிந்த் இப்போது மீண்டும் அவள் மேல் தாவி இறுக்கமாக அணைத்துக்கொண்டு, “ஐ லவ் யு ஹனி” என்றவன் முரட்டுத்தனமாகத் தன் உதடுகளை வந்தனாவின் உதடுகளில் பதித்தான். வந்தனாவின் தள்ளல், நகப் பிறாண்டல் எதுவும் அவனைப் பாதிக்கவே இல்லை. வெறித்தனமாக முத்திரை

பதிக்க, வந்தனா பெரிய கூச்சலிட்டுத் திமிறி... பற்கள் பட்டு அவளின் உதடு கிழிந்து ரத்தம் வந்தது.

அவளை அணைப்பிலிருந்து அப்போதும் விடுவிக்காத அரவிந்த், "சொல்லிடு. ஐ லவ் யூன்னு மனசாரச் சொல்லிடு." என்று கீறல் விழுந்த ரெக்கார்டு போலச் சொல்லிக் கொண்டே சேலையின் தலைப்பைப் பிடித்து இழுத்து விலக்கினான்.

கீழே ஹாலில் தன் சிகரெட்டை சுவாரசியமாக அனுபவித்துக் கொண்டிருந்த கிருஷ்ணன் மேலிருந்து வரும் சப்தங்களுக்கு மெல்லச் சிரித்துக் கொண்டான். எழுந்து மெதுவாக நடந்தவன், வாசலில் ஒரு ஆட்டோ வந்து நிற்கும் சப்தம் கேட்டு, அவசரமாக வாசல் கதவைத் திறந்து பார்த்தான்.

ஆட்டோவில் இருந்து இறங்கின கோபி ஆட்டோவைக் காத்திருக்கச் சொல்லிவிட்டு நிமிர்ந்து, "சார், வந்தனா இங்கேயா இருக்கா?" என்றான், உடலெல்லாம் வியர்த்தவனாக.

———

14

அத்தியாயம்

வியர்த்துப் போனான் கிருஷ்ணன். இப்படி திடுதிப்பென்று, வந்தனாவின் அண்ணன், அவளைத் தேடிக்கொண்டு வருவான் என்று, அவன் எதிர்பார்க்கவே இல்லை.

மாடியில், தனியறையில், குடிபோதையில் இருக்கும் அரவிந்த், வந்தனாவிடம் தன் காதலைத் திணித்துக் கொண்டிருக்கும் இந்தச் சூழ்நிலையில், இவரிடம் என்ன பதில் சொல்வது?

“உங்களைத்தான் கேட்டேன். வந்தனா, என் சிஸ்டர் இங்கே வந்...” என்ற கோபி தன் கேள்வியை முடிப்பதற்கு முன்பாக வாசலருகில் வந்தனாவின் செருப்புகளைப் பார்த்துவிட்டான்.

“அட, இங்கேதான் வந்திருக்கா, எங்கே?”

கிருஷ்ணன் சுதாரித்துக்கொண்டு, “மாடில அரவிந்த் உங்க தங்கையோட பேசிக்கிட்டிருக்கான். இருங்க, நான் போய்க் கூட்டிட்டு வர்றேன்.” என்றான். “நீங்க இங்கே உட்காருங்க.”

கிருஷ்ணன் அவசரமாகப் படிகள் ஏறி மாடிக்கு வந்தான். அறையின் கதவை அதிக ஓசையில்லாமல் தட்டினான் சற்று அவசரம் காட்டி. சில விநாடிகள் கழித்துச் சாவி போட்டுக் கதவைத் திறந்த அரவிந்தின் கண்கள், மிகவும் சிவந்திருந்தன. நிற்கவே முடியாமல் தள்ளாடிக் கொண்டிருந்தான். எதிரே இவன் வந்ததுமே சரிந்து அவன் தோளில் சாய்த்து கொண்டான். கண்கள் செருகின.

"வந்தனா எங்கே அரவிந்த்? அவ அண்ணன் வந்திருக்கார்?"

இவன் கேட்ட கேள்வி அரவிந்திற்கு ஏறவே இல்லை. "கோபம் வந்து இரண்டு கன்னத்திலேயும் மாறி மாறிப் பளார், பளார்ன்னு அறைஞ்சுட்டேன். அப்படியும் என்னைக் காதலிக்க மாட்டேங்கறாடா. நீயாச்சும் சொல்லு." என்றான் குழறலாக.

கிருஷ்ணன் அவசரமாக உள்ளே பார்க்க... மேலாடை சரிந்த நிலையில் கட்டில் அருகே தரையில் கிடந்த வந்தனா மயக்கத்தில் ஆழ்ந்திருந்தாள். உதடு கிழிந்து ரத்தம் வழிந்திருந்தது.

"முட்டாள்! என்னடா செஞ்சே அவளை?" பதறினான் கிருஷ்ணன்.

"நீ சொன்ன மாதிரி கிஸ் மட்டும்தான் செஞ்சேன். அப்படியும் ஐ லவ் யூன்னு சொல்லலை. அறைஞ்சேன். வேறெதுவும் செய்யலை." என்றவன், ஓவ் என்று வாந்தி எடுக்க முனையவே... அவனைக் கைத்தாங்கலாகப் பாத்ரூமுக்கு அழைத்துச் சென்ற கிருஷ்ணனுக்கு, என்ன செய்வதென்றே தெரியவில்லை.

அண்ணன் காத்திருக்கிறான். அரவிந்தின் படுக்கையறையில், உடம்பில் கீறல்களோடு, கன்னத்தில் விரல் அச்சுப் பதிவுகளோடு மயங்கிக் கிடக்கிறாள். இவனோ, தன்னுணர்வு இல்லாமல், தடுமாறி நிற்கிறான்.

பெரிய சப்தத்துடன் வாந்தியெடுத்தான் அரவிந்த். கீழே உட்கார்ந்திருந்த கோபி எழுந்து கொண்டான். மாடியிலிருந்து வாந்தி எடுக்கிற சப்தம் வருகிறது. வந்தனாவின் குரலையே

காணோம். அவளை அழைத்து வருவதாகச் சொல்லிச் சென்ற கிருஷ்ணனையும் காணோம். என்ன நடக்கிறது அங்கே?

“வந்தனா!” குரல் கொடுத்துக் கொண்டே படியேறினான் கோபி.

வாந்தியெடுத்த களைப்புடன், போதை மயக்கமும் சேர்ந்து கொள்ள, கிருஷ்ணன் கைத்தாங்கலாகக் கூட்டி வந்து, படுக்கையில் படுக்க வைத்த நொடியிலேயே உறங்கிப் போனான் அரவிந்த்.

அறைக்குள் வந்து, வந்தனாவைப் பார்த்துவிட்ட கோபி, பதறிப்போய், “வந்தனா! வந்தனா! என்னம்மா இது?” என்று அவளருகே ஓடி வந்தான். அவள் கன்னங்களைத் தட்டினான். மேலாடையைத் திருத்தினான். கோபமாகத் திரும்பினான்.

“என்னங்கடா இது? இவளுக்கு என்னடா ஆச்சு! இங்கே என்னடா நடந்துச்சு?” ஆக்ரோஷமாகக் கிருஷ்ணனின் சட்டையைப் பிடித்து உலுக்கினான் கோபி. ஆல்கஹாலின் நெடி அவன் மூக்கைத் தாக்கிற்று.

கைகளைப் பிடித்துக்கொண்டு நின்ற கிருஷ்ணன் “பதறாதீங்க. பயப்படற மாதிரி எதுவும் இங்கே நடந்திடலை. வேலையை ராஜினாமா செய்து அவமானப்படுத்திட்ட கோபமும், போதையும் சேர்ந்து அரவிந்தை முரட்டுத்தனமா நடந்துக்கச் செஞ்சிடுச்சு. விபரீதமா எதுவும் ஆய்டலை. ஆத்திரமா உங்க தங்கையை அறைஞ்சுட்டான். மயங்கிட்டா. அவ்வளவுதான். விவரமாப் பேச நேரமில்லை. வாங்க, முதல்லே அவங்களைப் பக்கத்திலே இருக்கிற டாக்டர்கிட்டே கூட்டிப் போகலாம். நம்ம சண்டையை வச்சுக்கவோ, ஆத்திரப்படவோ இப்போ நேரமில்லை. வாங்க, பிடிங்க, சொல்றேன்” என்றான்.

கோபிக்கு அதிர்ச்சி இன்னும் ஜீரணமாகவில்லை. பதற்றம் பிரதானமாக இருந்தது.

முதலில் டாக்டரிடம் செல்லவேண்டும் என்பதுதான் முக்கியம் என்பதை உணர்ந்தான். வந்தனா அருகில் வந்து, அவளைத்

தோள்களுக்கடியில் கைகொடுத்துத் தூக்க, கிருஷ்ணன் கால்களைப் பிடித்துத் தூக்கினான்.

"வந்தனா, யம்மாடி... கண்ணைத் திறந்து பாரும்மா." என்று கண்ணீர் சொட்டப் புலம்பிக் கொண்டே படிகளிறங்கினான் கோபி.

கீழே வெய்ட்டிங்கில் இருந்த ஆட்டோவில் வந்தனாவுடன் இருவரும் ஏற, டிரைவர், "என்னங்க இது, என்ன ஆச்சு?" என்றான்.

"சும்மா மயக்கம்ப்பா. பக்கத்திலே துர்க்கான்னு ஒரு டாக்டரம்மா இருக்காங்க. வண்டியை எடு முதல்ல." என்றான் கிருஷ்ணன்.

கோபி தன் மடியில் இருந்த வந்தனாவின் முகத்தையே பார்த்துக் கொண்டிருந்தான். ஆட்டோ தடக், தடக் என்று குலுங்கி ஓடியது. ஒரு விளக்குக் கம்பம் உள்ளே வெளிச்சமடித்து விட்டுக் கடந்தபோது, வந்தனா மெலிதாக முனகி, முகத்தைச் சுருக்கியது தெரிந்தது. இரண்டு கன்னங்களிலும் சிவப்பாக விரல் அச்சுகள்! பாவி! இப்படியா அறைவான் மிருகத்தனமாக?

கனகதுர்கா மருத்துவமனையில் கூட்டல்குறி ஒட்டின பியட் கார் நின்றுகொண்டிருந்தது. இரண்டு நர்ஸ்கள் வார இதழில் குறுக்கெழுத்துப் போட்டிக்காகப் பென்சிலுடன் விவாதம் செய்து கொண்டிருந்தவர்கள் இவர்களைப் பார்த்து எழுந்துகொண்டார்கள்.

ட்ரெஸ்ஸிங் அறையில் படுக்க வைத்துவிட்டு, டாக்டரை உறக்கத்தில் இருந்து எழுப்பிக்கொண்டு வந்தார்கள். வாசல் அகலத்தில் இருந்த டாக்டர் கனக துர்கா லூசாகியிருந்த தனது கொண்டை ஊசிகளை டைட்டாகச் செருகிக் கொண்டே வந்து, "வாங்க கிருஷ்ணன், என்ன இது? என்ன ஆச்சு?" என்றார்.

கிருஷ்ணனுக்கு என்னவென்று சொல்வதென்று புரியவில்லை. அதற்குள் கோபி முந்திக் கொண்டான்.

"டாக்டர்! நான் கோபி. இவ என் தங்கை. தொழில் அதிபர் அரவிந்த் வீட்டிலே இவளைத் தனிமையில வர வழைச்சு, குடி போதையில, கன்னா, பின்னான்னு அடிச்சுட்டான். அதில்

மயங்கிட்டா. எப்படின்னு சொல்றதுனு தான் எனக்குத் தெரியலே. பயமா இருக்கு. கொஞ்சம் பாருங்க."

கோபி சொல்லி முடிக்கும் வரைக்கும் காத்திருக்காத டாக்டர் வந்தனாவைச் சோதிக்க ஆரம்பித்துவிட்டார். பல்ஸ் பார்த்து, இமைகளைப் பிரித்துப் பார்த்து ஸ்டெத் வைத்துப் பார்த்து... இவர்கள் பக்கம் திரும்பினார்.

"பயப்பட ஒன்றுமில்லை. வெறும் அதிர்ச்சி மயக்கமாத்தான் தெரியுது. ஷி ஈஸ் நார்மல். உதடு கிழிஞ்சிருக்கிறதும், அங்கங்கே நகக் கீறல்களும் பார்க்கிறப்போ ரேப் அட்டெம்ப்ட் மாதிரி தெரியுதே?"

"என்னது!" என்று நெஞ்சைப் பிடித்துக்கொண்டான் கோபி.

"இந்தக் கேசை நான் எடுத்துக்கலாமான்னே யோசிக்கணும். நீங்க ரெண்டு பேரும் கொஞ்சம் வெளியில இருங்க."

இருவரும் வெளியில் வந்து, கதவு சாத்தப்பட்டதும் கிருஷ்ணனின் சட்டையைப் பிடித்தான் கோபி, "ஏன்டா படுபாவிங்களா? என் தங்கையின் வாழ்க்கையை நாசம் பண்றதுன்னு முடிவு பண்ணிட்டீங்களா? உங்களை விடமாட்டேன்டா. தொலைச்சிடுவேன் தொலைச்சு."

கோபி அவனைத் திட்டிக் கொண்டேயிருக்க, கிருஷ்ணன் எதுவுமே பதில் பேசாமல் பரிதவிப்புடன் தன் நகத்தைக் கடித்துக்கொண்டு நின்றான்.

அறைக் கதவு திறக்கப்பட்டது.

கனகதுர்கா தெளிவு பெற்ற முகத்துடன், "விபரீதமா எதுவும் நடந்துடலை. ஆனால் பலவந்த முயற்சிகள் நடந்திருக்கு. அப்படியா கிருஷ்ணன்?" என்றார்.

"இல்லை டாக்டர்! குடிபோதையில் இருந்தான் அரவிந்த். இந்தப் பொண்ணு தன்னை அலட்சியப்படுத்தி, தான் போட்டுக் கொடுத்த வேலையை ராஜினாமா செய்துட்டாளேங்கிற ஆத்திரத்திலே

அடிச்சுட்டான், அதான் நடந்தது. விவரமா அப்புறம் சொல்றேன். உங்களுக்கு எந்த வில்லங்கமும் வராது. இது கேஸாயிடாது. இப்ப என்ன மருத்துவ உதவி செய்யணுமோ, செஞ்சிடுங்க, ப்ளீஸ்..."

அடுத்த பத்து நிமிடங்களில் வந்தனாவின் உடம்பில் இருந்த கீறல்களுக்கும், உதட்டின் காயத்திற்கும் மருந்து போடப்பட்டு, பிளாஸ்திரி ஒட்டப்பட்டு, ஊசிகள் போடப்பட்டு, ஓர் அறையில் அட்மிட் செய்யப்பட்டாள்.

"காலைல விவரமாப் பேசிக்கலாம். ராத்திரி உங்க தங்கை இங்கேயே இருக்கட்டும். எதுவும் நடந்துடலை. தைரியமா இருங்க. வருத்தம் வேணாம். நான் புறப்படறேன்." என்றான் கிருஷ்ணன்.

"போடா. அவ கண் முழிக்கட்டும். நடந்ததைச் சொல்லட்டும். அதுக்கப்புறம் பார்த்துக்கிறேன். எங்கே போய்டுவீங்க? காசு இருக்குங்கிற திமிரா?" என்றான் கோபி ஆத்திரமாக.

கிருஷ்ணன் மௌனமாக வெளியேறி, ஒரு சிகரெட்டைப் பற்ற வைத்துக்கொண்டு நடந்தான். விளையாட்டாகச் சொன்ன ஒரு யோசனை இவ்வளவு தூரம் விபரீதமாகக் கொண்டு வந்து விட்டதே!

உணர்வுகள் திரும்பி, தன் நிலை உணர்ந்த பிறகு வந்தனா என்ன செய்யப் போகிறாள்? சாதாரணமாகவே தன்மானம் பார்ப்பவள்.

கிருஷ்ணன் பெருமூச்சுவிட்டான். அரவிந்த் பங்களாவிற்கு ஓர் ஆட்டோ பிடித்துக்கொண்டு புறப்பட்டான்.

விடியற்காலை நான்கு மணிக்கு அரவிந்த் விழிப்பு ஏற்பட்டுப் புரண்டான். சட்டென்று எழுந்து அமர்ந்தான். தலை தெறித்து விடும் போல் வலித்தது. முன்னிரவில் நடந்தவை உடனே நினைவுக்கு வர, எழுந்து விளக்குகளையெல்லாம் போட்டான். எங்கே வந்தனா? பிறகு என்ன நடந்தது?

கீழே சரிந்து விழுந்தாள். நான் கிருஷ்ணன் தோளில் சாய்ந்துகொண்டு வாந்தி எடுத்தேன். வந்தனாவை அறைந்து,

கட்டிப்பிடித்து, கன்னத்தில் மூர்க்கமாக முத்தமிட்டு... அய்யோ! நான்தானா? ச்சீ! நிஜமாக நான்தான் அப்படியெல்லாம் நடந்து கொண்டேனா? எங்கே அவள்?

அரவிந்த் பதற்றமாக இறங்கி வந்து பார்க்க, ஹாலில், சோபாவில் படுத்து உறங்கிக் கொண்டிருந்தான் கிருஷ்ணன்.

அவனைத் தட்டி எழுப்பிப் பதற்றமாகக் கேட்டான். "டேய், ராத்திரி கசமுசான்னு எப்படியெப்படியோ நடந்துகிட்டேன் போலிருக்குதுடா. வந்தனா எங்கே? என்ன நடந்துச்சு? எனக்கு எதுவுமே நினைவில் இல்லை. சொல்லு."

கிருஷ்ணன் வந்தனாவின் அண்ணன் வந்ததில் இருந்து தொடங்கி விளக்கமாக எல்லாவற்றையும் சொல்லி முடித்ததும்...

பளீர், பளீர் என்று இரு கைகளாலும் தன் முகத்தில் அறைந்துகொண்டான் அரவிந்த். "அய்யோ! நான்தானா அப்படியெல்லாம் நடந்துகிட்டேன்? ச்சே! நீ சொன்னால் எனக்குப் புத்தி எங்கே போச்சு! மயக்கம் வர்ற வரைக்கும், ஆஸ்பத்திரிலே சேர்க்கிற அளவுக்கு அவளைத் துன்புறுத்தி... ஓ... நோ! என்ன ஆச்சுடா எனக்கு? வா! முதல்ல அவளைப் பார்த்து அவ கால்ல விழுந்து மன்னிப்புக் கேட்கணும். புறப்படு," என்றான்.

"இருடா. உணர்ச்சிவசப்படாதே. இப்ப அவளை நீ சந்திக்கிறது சரியில்லை. உணர்வு திரும்பியிருந்தாலும் உன் மேல ஆத்திரமா இருப்பா. வேணாம்."

"முட்டாள்தனமாப் பேசாதே. என்னோட பைத்தியக்காரத்தனமான செய்கையால ஓர் அப்பாவிப் பெண்ணு ஆஸ்பத்திரியில் கிடக்கிறா. எத்தனை பேருக்கு டென்ஷன்! வரப் போறியா இல்லையா? இந்த இக்கட்டான நேரத்திலே அப்படியென்ன உனக்கு உறக்கம்?"

——

15

அத்தியாயம்

உறக்கத்திற்காக ஊசி போடப்பட்டிருந்ததால் லேசாக வாய் திறந்து, ஆழ்ந்த உறக்கத்தில் இருந்தாள் வந்தனா.

அந்தத் தனியறையில் கட்டில் அருகில் தன் கையையே மடக்கித் தலைக்கு வைத்துக்கொண்டு படுத்திருந்த அவளின் அம்மா புரண்டு படுத்தாள்.

வந்தனாவுக்கு மருத்துவ உதவி செய்து அட்மிட் ஆன பிறகு, வீட்டில் பதறுவார்களே என்று கோபி நர்சைப் பார்த்துக் கொள்ளச் சொல்லிவிட்டு ஆட்டோ பிடித்து வீட்டிற்கு வந்தபோது, அத்தனை பேரும் பதறி நின்றார்கள்.

“வந்தனாவுக்கு ஒரு சின்ன ஆக்ஸிடெண்ட், பெரிசா காயம் எதுவும் இல்லை, மயக்கம்தான். ஆஸ்பத்திரில அட்மிட் பண்ணியிருக்கேன். தூங்கறா. காலைல டிஸ்சார்ஜ் ஆகி வந்துடலாம், நீங்க யாரும் வர வேணாம்.” என்று பதற்றமில்லாமல்தான் சொன்னான்.

ஆனாலும் மனம் கேட்காமல் அம்மா மட்டும் கோபியுடன் புறப்பட்டு வந்து விட்டாள். இங்கே வந்து மகளைப் பார்த்ததும் 'என்ன விபத்து?'என்று விவரம் கேட்டு நர்சுகளை நச்சரிக்க ஆரம்பித்துவிட்டாள்.

கோபி சற்று அதட்டி, பிறகு அதிக அழுத்தம் கொடுக்காமல், மேம்போக்காக, நடத்தவற்றைச் சொல்லி முடித்ததும், பிடித்துக்கொண்டாள்.

"காசும், திமிரும் இருக்கிறவனை இவ எதுக்காகப் பகைச்சுக்கறா? தொட்டதுக்கெல்லாம் இவளுக்கு முணுக்முணுக்ன்னு கோபம் வந்துடுது, வேலைக்குன்னு வெளில ஒரு பொம்பளை போறதுன்னா நல்லவனையும் தான் சந்திக்க வேண்டிவரும். கெட்டவனையும் தான் சந்திக்க வேண்டியிருக்கும்.

பொம்பளையை மதிக்கிறவனும்தான் இருப்பான். கிள்ளுக் கீரையா நினைச்சிக் கிண்டல் செய்றவனும்தான் இருப்பான். சகிப்புத் தன்மை வேணும். பொறுமை வேணும். படிச்சிட்டாப் போதுமா? பொது விஷயங்கள் பலதும் தெரிஞ்சிட்டாப் போதுமா? அனுசரணைங்கிறதே இவகிட்டே கிடையாது. வாசப்படி குள்ளமா இருந்தா கொஞ்சம் குனிஞ்சுதான் போகணும். அந்தப் பெரிய வீட்டுப் பையன், பேட்டி எடுக்கப் போனப்போ ஏற்பட்ட அபிமானத்தில, அவனா ஆள் விட்டு, கௌரவமான வேலை தந்தான். இவ பேசினதில, பழகினதில ஏதோ ஆசைப்பட்டுட்டான். அதை இதமாச் சொல்லி, சம்மதமிருக்கான்னு கேட்ருக்கான். இவளைச் சம்மதம் சொல்லச் சொல்லலை. உடனே கழுத்தை நீட்டச் சொல்லலை. அதெல்லாம் சொந்த விருப்பம், குடும்பச் சூழ்நிலைன்னு ஆயிரம் இருக்கு. வீட்ல மனசுவிட்டு விவரத்தைக் கலந்து பேசி முடிவெடுக்க வேண்டியது தானே? 'அய்யா, எனக்கு இஷ்டமில்லை'ன்னு இதமாச் சொல்லிட வேண்டியது தானே? அதை விட்டுட்டு, 'போடா, உன் வேலையும் வேணாம், எதுவும் வேணாம்'னு தூக்கியெறிஞ்சு பேசிட்டு வந்தா எந்த ஆம்பளைக்குக் கோபம் வராது?

இப்ப அவன் தன் புத்தியைக் காட்டிட்டான். ஏறுமாறா நடந்துடலைங்கிற வரைக்கும் நம செஞ்ச புண்ணியம். குடிச்சிருந்தான்னு சொல்றே. அடிச்சதோட இல்லாம வேற எதாச்சும் விபரீதமா காரியம் செய்திருந்தா... இவ ரோஷம் வந்து மானத்தைக் காப்பாத்துமா? வாழ்க்கையே நாசமாயிருக்குமே. இதெல்லாம் யோசிக்க வேணாமா இவ! படபடன்னு வார்த்தையைக் கொட்டிட்டா ஆச்சா, பின் விளைவுகளை யார் பார்க்கிறது?"

அம்மாவை அதட்டி, சமாதானப்படுத்தி படுக்க வைப்பதற்குள் கோபிக்குப் பெரும் பாடாக இருந்தது. அம்மாவை அறைக்குள் படுக்கச் சொல்லிவிட்டு அவன் அறைக்கு வெளியில் இருந்த நீளமான வெள்ளை பெஞ்சில் கால் நீட்டிப்படுத்தானே தவிர, உறக்கம் வரவில்லை.

அம்மா சொன்னது போல ஏதாவது விபரீதமாக நடந்திருந்தால்...

நினைக்கவே சிலிர்ப்பாக இருந்தது. ஆத்திரம் கொப்பளிக்கும். கோபம் குமுறும். அவன் வீட்டுக்குச் சென்று பலங்கொண்ட மட்டும் உதைக்கச் சொல்லும். ஆனால்... விளைவு என்னவாகும்? எத்தனை பெரிய அவமானம்! ஒட்டுமொத்தமாய்க் குடும்பத்திற்கும்! இனி வந்தனா எப்படி ரியாக்ட் செய்வாள்? ஆர்ப்பரித்தாலும், பொங்கினாலும் சரி செய்யவே முடியாத களங்கமாகுமே... ச்சே! வேண்டாம். இப்படி நினைக்காதே! அப்படியெல்லாம் நல்ல வேளையாக, எதுவும் நடந்து விடவில்லை. ஒரு பெரிய இடி விலகிச் சென்று விழுந்துவிட்டது. சரியான நேரத்தில் சென்று விட்டேன்.

ஒரு வகையில் இதுவே ஒரு களங்கம் தான் என்றாலும்... வீட்டில் சொன்னதைப் போல இதை அப்படியே ஒரு விபத்தாகவே நினைத்துக் கொள்ள வேண்டியதுதான்.

யார் கேட்டாலும் விபத்துத்தான். வெளியே சொல்லிக் கொள்கிற விஷயமா, இது! ஒன்றுமில்லாததற்கே மூன்று மணி நேரம் பேசும் உலகமாயிற்றே இது!

வந்தனா - திருமணமாக வேண்டிய பெண்.

காலையில் அவள் உடல்நிலை தேறி, சகஜநிலைக்கு வந்ததும் வீட்டிற்கு அழைத்துச் சென்று நிறையப் புத்திமதிகள் சொல்ல வேண்டும். தனக்கு நேர்ந்த சம்பவங்களுக்காகக் கொந்தளிப்பாள். சமாதானப்படுத்த வேண்டும்.

பெண்ணைப் பொறுத்தவரை, கண்ணாடியில் கல் மோதினாலும் கல்லில் கண்ணாடி மோதினாலும் கண்ணாடிக்குத்தான் சேதம் என்பதை உணர வைத்துச் சாந்தப்படுத்த வேண்டும்.

இமைகளை மூடி, ஆனால் உறங்காமல், பல்வேறு யோசனைகளில் இருந்த கோபி, தன் தோளின் மேல் யாரோ கைவைப்பதை உணர்ந்து, விழித்துப் பார்த்து வியந்தான்.

அரவிந்தும், கிருஷ்ணனும் நின்று கொண்டிருந்தார்கள். சடக்கென்று எழுந்து அமர்ந்தான்.

“உங்க தங்கை எப்படி இருக்காங்க?” என்றான் அரவிந்த்.

“செத்துடலை, உயிர் இருக்கு. அதையும் போக்கிடலாம்னுதான் வந்தியா?” என்றான் கோபி காட்டமாக.

“இல்லை, அவங்ககிட்டேயும், உங்ககிட்டேயும் மன்னிப்பு கேக்கறதுக்கும், மனம் விட்டுப் பேசறதுக்கும் வந்தேன்...”

கோபி புரியாமல் குழப்பமாகப் பார்க்க, இவர்களின் பேச்சு சப்தத்தில் விழித்துவிட்ட அம்மா எழுந்து கதவைத் திறந்து எட்டிப் பார்க்க...

“வணக்கம்மா நீங்கதான் வந்தனாவோட அம்மாவா? தயவுசெஞ்சு கோபப்படாதீங்கம்மா. நான்தான் அரவிந்த். உங்க பொண்ணு ஆஸ்பத்திரில சேர்றதுக்கு என் பொறுப்பில்லாத்தனம்தான் காரணம். குடிபோதைல என்ன செய்றோம்னே தெரியாம... எப்படி இருக்காங்க அவங்க?”

அரவிந்த் அவனாக உள்ளே நடந்து கட்டில் அருகே சென்று, கைகட்டி நின்று, உறங்கும் வந்தனாவை மௌனமாகப் பார்த்தான்.

“ஸாரி வந்தனா, ஐம் டெரிப்ளி ஸாரி. எத்தனை பெரிய மனிதர்களும் ஏதோ ஒரு சந்தர்ப்பத்தில் முட்டாள்தனமாக நடந்துகொண்டு

விடுவார்களாம். வாழ்க்கையில் எனக்கென்று சில நெறிமுறைகளைக் கடைப்பிடித்து எல்லாரிடமும் எப்போதும் நல்ல பெயர் வாங்க வேண்டும் என்கிற நோக்கத்துடனேயே ஒவ்வொரு செயலையும் யோசித்து செயல்படுத்தும் நான்... உன் மேல் வைத்துள்ள அதீத அன்பின் காரணமாக, நீ என்னை உதறித் தள்ளிவிட்டு என்னைப் புரிந்து கொள்ளாமல் போய்விட்ட ஆதங்கம் தந்த வெறுப்பில், ஒரு மட்ட ரகமான யோசனைக்குத் தலையசைத்துவிட்டதன் விளைவாக... எவ்வளவு மோசமான நிகழ்ச்சிகள்! அவைகூட நான் என் சுய உணர்வில் இல்லாத போது நிகழ்ந்தவை. உன் மேல் எனக்கு மோசமான இச்சை கிடையாது. உன் உள்ளமே என் இலக்கு. நான் நேசிப்பதும், யாசிப்பதும் அதைத்தான். என்னை மன்னிப்பாயா? என் மேல் மேன்மேலும் உனக்கு வெறுப்பு அதிகரிக்கும்படியாக மிகக் கீழ்த்தரமாக நடந்து கொண்ட எனக்கு நீ என்ன தண்டனை கொடுத்தாலும் ஏற்கத் தயார்."

உதடுகளுக்குள் வாக்கியங்கள் முட்டி மோதின. கண்களில் இருந்து கண்ணீர் திமிறிக்கொண்டு வெளியேறியது.

அவனை ஆச்சர்யத்துடன் பாத்துக் கொண்டிருந்த கோபியும், அம்மாவும் ஒருவரை ஒருவர் பார்த்துக்கொண்டார்கள்.

அரவிந்த் அவர்கள் பக்கம் திரும்பினான், "உங்ககிட்டே கொஞ்சம் பேசணும். இங்கே வேணாம். இவங்க தூக்கத்துக்கு இடைஞ்சலாய்டும். ஆஸ்பத்திரிக்கு வெளில ஒரு வெய்ட்டிங் ஹால் இருக்கு. அங்கே இப்போ யாரும் இல்லை. வாங்க." என்றான். நடந்தான்.

கிருஷ்ணன் அவனைத் தொடர்ந்தான். கோபியும், அம்மாவும் சற்றுத் தயங்கிவிட்டுப் பிறகு நடந்தார்கள்.

விடிய இருந்த அந்த அதிகாலையில் அந்த ஹாலில் இருட்டை விலக்க, விளக்கு எரிய வேண்டியிருந்தது. வசதியான நாற்காலிகள் பத்துப் பதினைந்து இருந்தன. அனைவரும் அமர்த்தனர்.

அரவிந்த் சற்று மௌனமாய் இருந்துவிட்டுச் சொன்னான். "மிஸ்டர் கோபி! என்மேல இப்போ உங்களுக்கு ஆத்திரம்

துடிச்சிக்கிட்டிருக்கும். இது நியாயமான, அதேசமயம் பொறுமையான கோபம். இதே விஷயம் ஒரு கிராமத்தில் நடந்திருந்தா இந்த நேரம் என்னை வெட்டிப் போட்டிருப்பாங்க. நான் என் செயலுக்காக ரொம்ப வெட்கப்படறேன். எந்த சப்பைக் கட்டும் சொல்லத் தயாரா இல்லை. நான் செஞ்சது மகா மகா அயோக்யத்தனம். கீழ்த்தரமான காரியம். வந்தனாவை நான் ரொம்ப ரொம்ப லவ் பண்றேன் சார். அவளோட குணாதிசயங்கள் எனக்குப் பிடிச்சிருக்கு அவளோட ரோஷம் என் காதலை அதிகமாக்குது. அவ என்னை வெறுக்கறான்னு தெரிஞ்சதும் எனக்கு என் மேலதான் கோபம் வந்தது. ஒரு பொண்ணோட அன்பைச் சம்பாதிக்கற மாதிரி நடந்துக்க எனக்கு யோக்யதையில்லையேன்னு ஒரு விதமான காம்ப்ளெக்ஸ்தான் வந்தது. நேத்து உங்க தங்கையை வரவழைத்தது தப்பான நோக்கத்தோட இல்லை. என் காதலை இன்னும் புரியும்படியா விவரமா எடுத்துச் சொல்லத்தான். ஆனா மது என் மனநிலையில் கோளாறு ஏற்படுத்திடுச்சு. கொஞ்சம் ரவுடித்தனம் எல்லாம் செய்ய வச்சிடுச்சு. ரொம்ப ரொம்ப மன்னிப்பு கேட்டுக்கறேன். அப்படி நான் நடந்துக்கிட்டிருக்கக் கூடாது. ஷேம்! ஷேம்!"

அரவிந்த் திடீரென்று தன் முகத்தில் தானே இரண்டு கைகளாலும் அறைந்து கொள்ள, அவன் கைகளைப் பிடித்துத் தடுத்தான் கிருஷ்ணன்.

"விடுடா! கையை விடுடா ராஸ்கல்! நீ பெரிய ஞானின்னு உன்கிட்டே யோசனை கேட்டேன் பாரு... எந்திரிடா! போ! என்னை விட்டுப் போ! கெட் லாஸ்ட் ஐ ஸே."

ஆவேசமாகக் கிருஷ்ணனின் சட்டையைப் பிடித்துத் தள்ளினான். கிருஷ்ணன் அமைதியாகப் பார்த்து விட்டு, "இப்ப நான் எது சொன்னாலும் ஏறாது. நான் போறேன். மீட் யூ லேட்டர்." என்று நடந்தான்.

"வேணாம், என்னைச் சந்திக்கவே வேணாம். யு டர்ட்டி ஸ்கவுண்ட்ரல்!" என்று கத்தினான். திரும்பி, "சார்! உங்க தங்கையை இன்னமும், இப்பவும் நான் நேசிக்கிறேன். அவளைக் கல்யாணம்

பண்ணிக்க ஆசைப்படறேன். என்கிட்டே பணம் நிறைய இருக்கிறது ஒரு தப்புன்னா, அதைத் தவிர வேற எந்தத் தப்பும் என்கிட்டே இல்லை. வந்தனா விழிச்சதும் நான் மன்னிப்பு கேட்டதாச் சொல்லுங்க. என் விருப்பத்தைச் சொல்லுங்க. அப்படியும் அவளுக்கு இஷ்டமில்லைன்னா... அதுக்கப்புறம் சத்தியமா அவ வாழ்க்கையில் நான் தலையிடமாட்டேன். வர்றேங்க" என்றான், எழுந்தான்.

இவன் போட்ட சப்தத்தில் அந்த ஹாலின் வாசலில் கூடிவிட்ட ஒன்றிரண்டு ஆஸ்பத்திரி சிப்பந்திகளைப் பொருட்படுத்தாமல் நடந்த அரவிந்த் திரும்ப வந்து, "இந்த டாக்டர் எனக்குத் தெரிஞ்சவங்கதான். பில்லை எனக்கு அனுப்பச் சொல்லிட்டேன். நீங்க எதுவும் கட்ட வேண்டியதில்லை." என்று சொல்லி விட்டுச் சென்றான்.

திகைப்புடன் நின்று கொண்டிருந்த அம்மாவும், கோபியும் அமைதியாக நடந்து வந்தனா இருந்த தனி வார்டுக்குத் திரும்பிய போது...

படுக்கையில் எழுந்து அமர்ந்திருந்தாள் வந்தனா.

"வந்தனா, எந்திரிச்சுட்டியா? எப்படிம்மா இருக்கே?" என்றாள் அம்மா.

"உடம்பெல்லாம் வலிக்குது. வேற எதுவுமில்லை. நான் எப்படி... எப்படி இங்கே...?"

கோபி, தான் அரவிந்த் பங்களாவிற்கு வந்ததும், கண்டதும் சொல்லி அதன் பிறகு அவளுக்கு மருத்துவ உதவியளிக்கப்பட்டது வரை சொல்லி முடித்தபோது... அவள் முகம் இறுகிப் போயிருந்தது. அவள் சொன்னாள்.

"தப்புப் பண்ணிட்டேண்ணா, கவர்ன்மெண்ட் ஆஸ்பத்திரிலதான் நீ சேர்ந்திருக்கணும். பரவாயில்லை, இப்பவும் ஒண்ணும் மோசமிலலை, முதல் காரியமா, நான் சொல்றதைச் செய். கூப்பிடு போலீஸை."

——

16

அத்தியாயம்

போலீஸை அழைக்கும்படி வந்தனா சொன்னதும் அம்மாவும், கோபியும் திகைத்துப் போய்ப் பார்த்தார்கள்.

"என்னது, போலீசா?" என்றான் கோபி.

"உனக்கு ஏதாவது அறிவு இருக்காடி?" என்ற அம்மா அவசரமாகச் சென்று கதவைச் சாத்திவிட்டு வந்தாள்.

"நீங்க ரெண்டு பேரும் ஆச்சர்யப்படறதுக்கு என்ன இருக்குன்னு புரியலையே" என்றாள் வந்தனா, தலையணையை எடுத்துத் தன் மடியில் வைத்துக்கொண்டு.

"இப்ப என்னத்துக்காகப் போலீஸ்?"

திட்டம் போட்டு போன் செஞ்சு என்னை வரவழைச்சு, பலாத்காரம் செஞ்சு, கற்பழிக்கவே முயற்சி செஞ்சிருக்கான் அவன். எதுக்காகப் போலீஸ்ன்னு கேக்கறீங்களே... நடந்திருக்கிறது எவ்வளவு பெரிய குற்றம் எவ்வளவு பெரிய அவமானம்!"

"குற்றம்தான் வந்தனா! ஆனா இதைப் பெரிசு படுத்தினா வரப்போறது இதைவிடப் பெரிய அவமானம்!"

"எப்படின்னு சொல்லேன்!"

"புகார் கொடுத்தா அரவிந்தை விசாரிப்பாங்க. ஒரு வழக்கா பதிவு செஞ்சா செய்தியா பேப்பர்கள்ல வரும். கோர்ட்டுக்கு வழக்கு வரும். நாலு சுவத்துக்குள்ளே நடந்தது நாடு முழுதும் தெரியும்."

"பேத்தல்! அப்போ இதுக்கும் மேல ஒரு பெரிய குற்றம் நாலு சுவத்துக்குள்ளே நடந்திருந்தாலும் இப்படித்தான் பேசுவியா கோபி?"

"நல்ல வேளையா நடந்துடலையே, வந்தனா! அரவிந்த் இப்பத்தான் இங்கே வந்துட்டு உன்னைப் பார்த்துட்டு என்கிட்டேயும், அம்மாகிட்டேயும் ரொம்ப வருத்தப்பட்டு, ட்ரிங் சாப்பிட்ட எஃபெக்ட்ல தப்பா நடந்துக்கிட்டேன், என்னை மன்னிச்சிடுங்கன்னு சொல்லிட்டு, இப்பவும் உன்னை நேசிக்கிறதாகவும் உனக்கும் நம்ம குடும்பத்துக்கும் சம்மதம்ன்னா கல்யாணம் பண்ணிக்கிறதாவும் சொல்லிட்டுப் போனான்."

வந்தனா, "சபாஷ்!" என்று கைதட்டிச் சிரித்தாள்.

"எதுக்குடி இப்ப சிரிக்கிற?" என்றாள் அம்மா.

"எவ்வளவு பெரிய நடிகன் பாரு அவன்! நெருப்பையும் பத்த வச்சிட்டு, ஃபயர் சர்வீசுக்கும் போன் பண்ற கதையா... மிருகம் மாதிரி நடந்துக்கிட்டு உடனே சாது மாதிரி வந்து மன்னிப்பு கேக்கறதுன்னா சிரிக்காம என்ன செய்றது?" தொடர்ந்து சிரித்தாள் வந்தனா.

"ஸ்டாப் இட் வந்தனா" என்ற கோபி சற்றுக் கடுமையாக, "உனக்கு எதிலயும் சந்தேகப் பார்வை தான். யார் மேலயும் நம்பிக்கையே கிடையாது. பொதுவாவே ஆம்பிளைன்னா அயோக்யன்னு ஓர் எண்ணம் உனக்குள்ளே பதிஞ்சிருக்கு. நடந்ததென்னவோ தப்புத்தான். ஆனா அவன் ஸ்டேட்டசுக்கு இப்படி வந்து மன்னிப்பு கேக்க வேண்டிய அவசியமில்லை. அவன் நிஜமா உணர்ந்து பேசறான். உன் மேல உயிரையே வச்சிருக்கான்."

“எதுக்காக அவசர அவசரமா வந்து உங்ககிட்டே மன்னிப்பு கேட்டான் தெரியுமா? நான் போலீஸ்ல ‘ரிப்போர்ட்’ செய்யாம நீங்க தடுக்கறதுக்கு தந்திரம்! அதைப் புரிஞ்சுக்கலை நீங்க.”

“வந்தனா!” என்றாள் அம்மா அதட்டல் குரலில், “உன்னைப் பத்தி எனக்குத் தெரியும். உனக்குன்னு மனசுல சில விஷயங்களை நல்லதுன்னு வகுத்து வச்சுக்கிட்டு அதிலயே பிடிவாதமா நிக்கிறவ. தேவையில்லாததுக்கெல்லாம் தன்மானம் பார்க்கிறவ. அந்தப் பையன் உன்னைக் கல்யாணம் செய்துக்க ஆசைப்பட்டுச் சொன்னான் இல்லையா? வீட்ல எங்ககிட்டே சொன்னியா? என்ன சொல்லட்டும்னு கேட்டியா? நீ என்னமோ மகாராணி மாதிரி மனசில நினைச்சுக்கிட்டு நீயா முடிவெடுத்து வேலையைத் தூக்கி வீசினியே, அது சரியா?”

“என்னம்மா பேசறே நீ? என் கல்யாணம்பத்தி நான் முடிவெடுக்காம யார் முடிவெடுப்பாங்க? எனக்கு விருப்பம் இருந்தாத்தானே நான் அடுத்த கட்டமா வீட்ல சொல்ல வேண்டி வரும்?”

“இதுக்குத்தான் திமிர்ன்னு பேரு. படிச்சிட்ட திமிர். சுயமாச் சம்பாதிக்கிற திமிர். எல்லா குடும்பங்கள்லயுமா பொண்ணுங்க கல்யாணத்தை அவங்களேதான் முடிவெடுக்கறாங்களா?”

“இல்லைங்கிறதுதான் கசப்பான உண்மை. அப்படி நான் கோபமா வேலையைத் தூக்கி எறிஞ்சதுக்கும், என்னைப் பலவந்தப்படுத்தினதுக்கும் சரியாப் போச்சுன்னு சொல்றியா?”

“இல்லை. அந்த நிலைமையை நீதான் ஏற்படுத்தினேன்னு சொல்றேன். அந்தத் தம்பிக்கு என்னடி குறைச்சல்? அழகா, பணமா? உன் மேல அவனுக்கு உள்ள ஆசையில கொஞ்சம் அத்துமீறிட்டான். அதுவும் சுயநினைவில் இல்லாம. அந்த யோசனை கூட அவன் ஃபிரெண்டு சொல்லிருக்கான், இப்ப அதெல்லாம் விடு. ஆனது ஆயிடுச்சு. பெருந்தன்மையோட அந்தத் தம்பி வந்து மன்னிப்பு கேட்டதும், பேசினதும் எனக்கு

ரொம்ப பிடிச்சிருந்தது. நீ நினைக்கிற மாதிரி மோசமான ஆசாமியா இருந்தா இப்படி நடக்க மாட்டான். அதனால இந்தக் கல்யாணத்துக்கு நீ ஏன் ஒப்புக்கக் கூடாது?”

அதிர்ந்து போய்த் தன் அம்மாவைப் பார்த்தாள் வந்தனா. அம்மாதான் பேசுகிறாளா? அவன் மேல் துளிக்கூட கோபமே வரவில்லையா? அந்த அளவிற்கு சாமர்த்தியமாகப் பேசி, மூளைச் சலவை செய்துவிட்டானா?

“அர்த்தமில்லாம பேசாதே. ஐ ஹேட் ஹிம். அவன் தன் காதலை வெளிப்படுத்தினதில கூடத் தப்பில்லை. அப்பக்கூட ஒரு ஜெண்டில்மேனாத்தான் நினைச்சேன். ஆனா நேத்து நடந்த சம்பவத்தை எந்த தன்மானமுள்ள பெண்ணும் தாங்கிக்க மாட்டாள். கொஞ்சம்கூடப் பண்பாடு இல்லாம என் மேல பாய்ஞ்சு... ச்சே! அந்த ஆளைக் கல்யாணம் பண்ணிக்கிறதா?”

“வந்தனா! உங்கப்பா குடிச்சுட்டு வந்து என்னை எத்தனையோ தடவை அடிச்சிருக்கார். காலால் உதைச்சிருக்கார். அதுக்காக வீட்டுக்குள்ளே வராதிங்கன்னு நான் சொன்னதில்லை.”

“அதே ஏமாளித்தனத்தையும், கோழைத்தனத்தையும் உன் பொண்ணுகிட்டேயும் எதிர்பார்க்காதேம்மா. என்னை என் வழில நடக்க விடு. கோபி! முதல்ல எனக்கு ட்ரீட்மெண்ட் எடுத்த டாக்டரைக் கூப்பிடு. அப்புறம் ஏரியா போலீஸ் இன்ஸ்பெக்டரைக் கூப்புடு.”

கோபி மௌனமாக நின்றான்.

அம்மாவுக்கு மூக்கின் நுனி எல்லாம் சிவக்க, கோபம் வந்து, “கோபி! நான் வீட்டுக்குப் போறேன். பெண்ணா லட்சணமா அடக்கத்தோட, போலீஸ் அது, இதுன்னு ஆர்ப்பாட்டம் பண்ணாம உன்னோட புறப்பட்டு வீட்டுக்கு வர்றதானா அழைச்சிட்டு வா. இல்லை, நம்ம குடும்ப மானத்தைக் காத்துல பறக்க விட்டுத்தான் தீருவேன்னு பிடிவாதம் பிடிச்சான்னா, நம்ம வீட்டை மிதிக்கக்

கூடாது." என்று வேகமாகப் பேசிவிட்டுப் புறப்பட்டுச் சென்றதும், கோபி அவளருகில் வந்தான்.

"வந்தனா! கொஞ்சம் படபடன்னு பேசாம பொறுமையாகக் கேளு. அம்மா சொன்ன மாதிரி, அரவிந்த் கேட்டுக்கிட்டதால நீ அவனைக் கல்யாணம் பண்ணிக்கிறதில தப்பில்லைன்னு நான் சொல்லமாட்டேன். அது முழுக்க, முழுக்க உன் பர்சனல் விஷயம். அவன் உன்னை விரும்புறதுக்கு எவ்வளவு உரிமை இருக்கோ, அதேமாதிரி அவனைப் புறக்கணிக்கிறதுக்கும் உனக்கு உரிமை இருக்கு. ஆனா நேத்து நடந்த சம்பவத்தைப் பொறுத்தவரைக்கும் அவன் மன்னிப்பு கேட்டுட்டான். இதோட விவகாரத்தை விட்டுடறதுதான் பெட்டர்ன்னு எனக்குத் தோணுது."

"அண்ணா! உனக்குக் கூடவா புரியலை? அவன் மன்னிப்பு கேட்டது ஒரு நாடகம்."

"சரி, அவன் மன்னிப்பு கேட்டதுக்காக வேணாம் உன் பேர் டேமேஜாய்டும்னாவது புரியலையா? பேப்பர்ல வரும். கோர்ட்ல சொல்லணும். இதெல்லாம் தேவையா? நீ கல்யாணமாக வேண்டிய பொண்ணு. நாலு பேர் நாலுவிதமாப் பேசுவான். அதையெல்லாம் யோசிக்க வேணாமா?"

வந்தனா கைகளைக் கட்டிக்கொண்டாள். கண்களை மூடிக்கொண்டாள். சில வினாடிகள் அமைதியாக இருந்தாள்.

"பெண் தனக்கு ஏற்படுத்தப்படற கொடுமையை வெளில சொன்னா அவமானமா போய்டும்ங்கிறதையே ஒரு பலமா எடுத்துக்கறாங்க இந்த ஆம்பளைங்க. எல்லாரும் அப்படி இருக்கமாட்டாங்கன்னு காட்டவேணாமா? குனிஞ்சிக்கிட்டே இருக்கிற தலை நிமிரவும் செய்யும்னு உணர்த்த வேணாமா? சட்டம், போலீஸ் எல்லாம் எதுக்குத்தான் இருக்கு? இதில ஒண்ணும் அவமானம் இருக்கிறதா எனக்குத் தெரியலை. நான் போலீஸ்ல கம்ப்ளைண்ட் பண்ணத்தான் போறேன். தயவுசெஞ்சு வற்புறுத்தாதே. உன் வார்த்தையைக் கேட்கலைன்னு வருத்தமும் படாதே." என்றாள் தீர்மானமாய்.

“அடிச்சுத் திருத்தற வயசில்லை இது. சொல்லத்தான் முடியும். மீறி மீறிப் பிடிவாதம் பிடிச்சா என்ன செய்ய முடியும்?”

“இது பிடிவாதமில்லை, தன்மானம்னு உனக்குப் புரியலையா?”

கோபி நிமிர்ந்து வெறுப்புடன் அவளைப் பார்த்து, “நான் புறப்படறேன். நீ யார்கிட்டே வேணும்னாலும் புகார் செய். எந்த முடிவு வேணும்னாலு எடு. அம்மா சும்மா கோபத்தில் சொன்னாங்க. அதை மனசுல வச்சிக்காம வீடு வந்து சேரு. நான் போறேன்.” என்று புறப்பட்டுச் சென்றான்.

கோபி சென்ற பிறகு, வந்தனா பொங்கி வந்த விம்மலைப் பற்களைக் கடித்துக் கட்டுப்படுத்திக் கொண்டாள்.

ஏன் என்னை யாருமே புரிந்துகொள்ள மாட்டேனென்கிறார்கள்? ஒரு பெண்ணை போன்செய்து அவள் வீட்டிற்கு வரவழைத்து, அறைக்குள் கதவைச் சாத்தி, அறைவதும், கட்டிப்பிடிப்பதும், முத்தமிடுவதும், மானபங்கப்படுத்த முயல்வதும்... சாதாரண விஷயமா?

வெளியே சொன்னால் அவமானம் என்று எல்லாவற்றையும் விழுங்கிக்கொண்டு நான் பொறுமையாய்ப் போக வேண்டுமா? இதில் என்ன அவமானம்? இந்தச் சமுதாயம்தான் அவமானப்பட வேண்டும்.

வந்தனா கட்டிலில் இருந்து இறங்கினாள். ஆஸ்பத்திரி உடையைக் களைந்து புடைவை அணிந்தாள். தன் அறையை விட்டு வெளியேறி டாக்டரின் அறை எது என்று விசாரித்துக்கொண்டு நடந்து உள்ளே நுழைந்த போது, டாக்டர் கொட்டாவி விட்டு வீட்டிற்குப் புறப்பட்டுக் கொண்டிருந்தாள்.

“ஹலோ! எப்படிம்மா இருக்கே?”

“கோபமா இருக்கேன். நீங்கதானே எனக்கு ட்ரீட் செஞ்சது?”

“ஆமாம், வாட் ஈஸ் ராங்?”

“டாக்டர்! நகக்கீறலைப் பார்த்தீங்க தானே, உதட்டுக் காயத்தைப் பார்த்தீங்க தானே, முகத்தில காயத்தைப் பார்த்தீங்க தானே,

அட்டெம்ப்ட்டு ரேப்ன்னு புரியலையா உங்களுக்கு? என்னை நீங்க எப்படி அட்மிட் பண்ணலாம்?"

டாக்டர் வெலவெலத்துப் போய்ப் பார்க்க...

"டாக்டர்! எனக்கு என்ன ட்ரீட்மெண்ட் கொடுத்தீங்க? நீங்க அப்சர்வ் செஞ்சகாயங்கள் என்னென்னன்னு ஒரு ரிப்போர்ட் கொடுக்க வேண்டி வரும். மே ஐ யூஸ் யுவர் டெலிபோன் ப்ளீஸ்?"

ரிசீவரைக் கையில் எடுத்து, "இந்த ஏரியா போலீஸ் ஸ்டேஷன் நம்பர் என்ன தெரியுமா?" என்று கேட்டுக்கொண்டே டைரக்டரி புரட்டினாள் வந்தனா.

◈◈◈

அரவிந்த் குளித்து முடித்து உடையணிந்தான். அலுவலகத்திற்குச் செல்லும் தோதில் புறப்பட்ட போது டெலிபோன் ஒலித்தது. எடுத்தான்.

"ஹலோ அரவிந்தா, நான் சிவராம் பேசறேண்டா."

"வணக்கம்ண்ணா. எங்கேர்ந்து பேசறீங்க?"

"ஏர் போர்ட்லேர்ந்து பேசறேன். ஒரு முக்கியமான வேலையா வந்தேன். வண்டி அனுப்பறியா? ஆபீஸ் போய்டாதே. வீட்லயே இரு. கொஞ்சம் பேசணும்." என்றார் டெல்லியில் வசித்த அரவிந்தின் அண்ணன்.

"சரி" என்று வைத்து வீட்டு நிமிர்ந்த போது... வீட்டிற்குள் அந்த போலீஸ் சப் இன்ஸ்பெக்டர் வந்து "நீங்கதானே மிஸ்டர் அரவிந்த்?" என்றார்.

"ஆமாம்" என்றான் குழப்பமாக.

"கொஞ்சம் ஸ்டேஷன் வரைக்கும் வரவேண்டியிருக்கும் சார்! வந்தனாங்கற பொண்ணு உங்க மேல கற்பழிக்க முயற்சி செஞ்சதாப் புகார் கொடுத்திருக்காங்க" என்றார் சப்-இன்ஸ்பெக்டர்.

———

17

அத்தியாயம்

இன்ஸ்பெக்டர் ஏதோ எழுதிக் கொண்டிருந்தார். போலீஸ் ஸ்டேஷனுக்குள் அரவிந்த் அமைதியாக நடந்து வந்ததும், குனிந்து எழுதிக் கொண்டிருந்த இன்ஸ்பெக்டர் நிழலசைவில் உணர்ந்து நிமிர்ந்து பார்த்ததும், "குட்மார்னிங் சார்! வாங்க" என்று தன்னிச்சையாக எழுந்துகொண்டார் ஏற்கெனவே அறிமுகமுள்ளவர் என்பதால்.

அருகில் மற்றொரு நாற்காலியில் கோபமான முகத்துடன் அமர்ந்திருந்த வந்தனாவைப் பார்த்துவிட்டு, உடனே விழிகளைத் தாழ்த்திக்கொண்டான் அரவிந்த்.

"உக்காருங்க சார்."

அரவிந்த் சற்றுத் தள்ளி, தனியாக இருந்த நாற்காலியில் அமர்ந்தான். மின் விசிறி தாள லயத்துடன் சுழன்று கொண்டிருந்தது. மேஜையின் மேற்பரப்பின் ஓர் ஓரத்தில் டீ கிளாஸ் வைத்து வைத்து, வட்ட வட்டமாய்

அழுக்கு இருந்தது. புதிய காலண்டரில் முருகன் ஆசீர்வதிக்க, தேதிகள் துடித்தன. ரூல் தடி பளபளவென்று டியூப்லைட் டைப் பிரதிபலித்தது. ஸ்டேஷனுக்குப் பின்புறம் மரத்தில் சிறுவர்கள் சப்தம் போட்டுக்கொண்டு கிளையில் அமர்ந்து காலாட்டிக் கொண்டிருப்பது தெரிந்தது. குப்பைத் தொட்டிக்குள் இன்ஸ்பெக்டரின் காலை டிபனின் மிச்சம் மந்தார இலை மத்தியில்.

இன்ஸ்பெக்டர் வல்லரசு மிகவும் தயங்கி, "சார்! நான் ஒரு தடவைக்கு நாலு தடவை கேட்டுட்டேன். பிடிவாதமா புகார் எடுத்துக்கிட்டுத்தான் ஆகணும்னு இவங்க சொன்னாங்க. அதனால் எழுதி வாங்கினேன். இன்னும் என்ட்ரி போடலை. உங்க தரம், பழக்கவழக்கம் எல்லாம் எனக்குத் தெரியும். நீங்க அப்படிப்பட்டவர் இல்லை. ஆனா புகார்னு வந்துட்டதால விசாரிக்க வேண்டியது..."

"...உங்க கடமைதான் சார். தப்பே இல்லை. நீங்க கூப்பிட்டுவிட்டதோ, விசாரிக்கிறதோ நியாயம்தான். என்ன புகார் கொடுத்திருக்காங்க அவங்க?" என்றான் அரவிந்த் கைகளைக் கட்டிக் கொண்டு.

வந்தனாவுக்குள் சீற்றம் எழுந்தது. கட்டுப்படுத்திக் கொண்டாள். என்ன ஒரு நடிப்பு! இரவு காட்டுத்தனமாய் கத்திவிட்டு, இப்போது சாந்த சொரூபியாய்... வேஷக்காரன்!

"கசமுசான்னு என்னென்னவோ எழுதிருக்காங்க."

"பரவாயில்லை, சொல்லுங்க. அவங்க எதையும் பொய்யா எழுதியிருக்க மாட்டாங்கங்கிறது மட்டும் நிச்சயம்."

"நேத்து ராத்திரி அவங்க வேலை பார்க்கிற இடத்துக்குப் போன் பண்ணி ஒரு பொய்யான தகவல் சொல்லி வரவழைச்சீங்களாம்."

"சார்! நான் அப்போ ட்ரிங் சாப்பிட்டிருந்தேன். ஒரு பர்சனலான விஷயம் அவங்ககிட்டே உடனே பேசணும்னு விரும்பினேன். அது உண்மை. தப்பான தகவல் கொடுத்து

வரவழைச்சது என் ஃபிரண்டு கிருஷ்ணனோட வேலை. ஆனா அந்தக் குற்றச்சாட்டுக்கு நான் பொறுப்பெடுத்துக்கறேன்."

"அடுத்தது அவங்க உங்க ரூமுக்குள்ளே வந்ததும் வெளியேற முடியாதபடி கதவைச் சாத்திப் பூட்டினீங்களாம்."

"நான் சொல்ல விரும்பினதைச் சொல்லி முடிக்கிற வரைக்கும் அவங்க வெளியே போகாம இருக்கணும்னு அப்படி செஞ்சேன். நோக்கம் எதுவா இருந்தாலும், அந்தக் குற்றச்சாட்டையும் நான் ஒத்துக்கறேன்."

"அப்புறம்... வந்து... வந்து..."

"சொல்லுங்க இன்ஸ்பெக்டர் சார்!"

"அப்புறம் பலவந்தப்படுத்த முயற்சி செஞ்சு கட்டிப்பிடிச்சி உதட்ல வலுக்கட்டாயமா... எனக்கு சொல்லவே கஷ்டமாயிருக்கு."

உதட்டைக் கடித்துக்கொண்டு மௌனமாக இருந்த அரவிந்த் நிமிர்ந்து, "இந்தக் குற்றச்சாட்டையும் நான் விளக்கம் சொல்லாம ஒப்புக்கறேன். இன்னும் ஏதாவது இருக்கா?"

"அவ்வளவுதான்."

"இன்ஸ்பெக்டர்! இவ்வளவையும் ஒப்புக்கிட்ட நான் ஒண்ணே ஒண்ணு அழுத்தந்திருத்தமாச் சொல்லிடறேன். இவங்களை நான் நேசிக்கிறேன். ரொம்ப ரொம்ப நேசிக்கிறேன். நேத்து நான் நடந்துக்கிட்டதெல்லாம் முறை தவறின செயல்கள் தான். ஆனா என் காதலை வெளிப்படுத்தணும்னும், புரியவைக்கணும்னும், ஏத்துக்க வைக்கணும்னும் எதிர்பார்த்துச் செய்யப்பட்டவை. சத்தியமா மானபங்கப் படுத்தணும்னோ, கற்புக்குக் கேடு செய்யணும்னோ எனக்கு எண்ணம் இல்லை. இப்பவும் நான் இவங்களை மனப்பூர்வமா நேசிக்கிறேன். அதை இவங்க புரிஞ்சுக்காம போனது, இல்லை சரியாப் புரியவைக்க முடியாமப் போனது என்னோட துரதிர்ஷ்டம். இவங்களோட புகாரை நீங்க ரெஜிஸ்தர் பண்ணிக்கலாம். இதுக்காக என்

மேல என்ன நடவடிக்கை எடுக்கணுமோ எடுத்துக்கலாம். அரெஸ்ட் பண்ணணுமா, பண்ணிக்கங்க. லாக்கப்ல இருக்கணுமா, இருக்கேன். கோர்ட்டுக்கு வரணுமா, வர்றேன்.” என்ற அரவிந்த், “எதிலயாவது கையெழுத்துப் போடணுமா, போடறேன்.” என்று பாக்கெட்டில் இருந்து பேனாவை எடுத்துக்கொண்டான்.

வல்லரசு புன்னகை செய்தார். தொப்பியைக் கழற்றி விட்டுத் தம் தலைமுடியைக் கோதி விட்டுக் கொண்டார்.

“நினைச்சேன். இப்படித்தான் ஏதாச்சும் இருக்கும்னு. இது லவர்ஸ் ஊடல் பிரச்சனையா? ஏம்மா, இதை முதல்லியே சொல்லக் கூடாதா?”

“நான்சென்ஸ்!” என்றாள் வந்தனா. “லவர்சுமில்லை, ஊடலுமில்லை. நான் சொல்றது சீரியஸ். நேத்து நடந்தது உங்களுக்குத் தெரியாது இன்ஸ்பெக்டர்! திட்டம் போட்டு வம்பு செஞ்சுட்டு இப்ப என்னவோ சர்ச்ல பைபிள் படிக்கிற பாதிரியார் மாதிரி, பதவிசாப் பேசி நாடகமாடறார். ஒரு விஷயத்தை எதிர்க்கிறதை விட, ஒத்துக்கிறப்போ சீரியஸ்னெஸ் குறைஞ்சு போயிடும். அந்த டெக்னிக்கைத்தான் செய்றார் இவர்.”

“இல்லைங்க வந்தனா! நான் சொல்றதைக் கொஞ்சம்...” என்று ஆரம்பித்த அரவிந்தை இடைமறித்தாள்,

“நோ! நான் உங்ககிட்டே பேச விரும்பலை. இன்ஸ்பெக்டர் சார்! நான் கொடுத்திருக்கிற புகாரைப் பதிவுப் பண்ணிக்கப் போறிங்களா, இல்லையா?”

“இரும்மா. ரொம்பக் கொதிக்காதே. இது சின்ன விஷயமில்லை. கேஸ்ன்னு பதிவு செஞ்சா பின்விளைவு என்னன்னு யோசிக்கணும்மா. அதான் சொல்றாரே... உன் மேல உள்ள ஆசைல தப்பா நடந்துட்டேன்னு. பேசி ஒருத்தருக்கொருத்தர் காம்ப்ரமைஸ் ஆகறதுதான் இரண்டு பேருக்கும் நல்லது. அவர் ஸ்டேட்டசுக்கு இதை கேஸ் பண்ணா ரொம்ப அவமானம். வயசுப் பொண்ணு உன் பேரும் தப்பா அடிப்படும். இதெல்லாம் புரிஞ்சுக்காம பேசறியே.”

“இது என்ன ஸ்டேஷனா, இல்லை கிராமத்துப் பஞ்சாயத்தா? புகார் கொடுத்தாப் பதிவு செஞ்சு நடவடிக்கை எடுக்கவேண்டியது உங்க கடமை.”

“அதெல்லாம் யார் இல்லைன்னது? நானும் மனுஷன் தானே? நியாயம், அநியாயம் தெரிஞ்சவன் தானே? ப்ராக்டிகலா உள்ள பிரச்னைகளைச் சொல்றேன். உனக்கு என்னம்மா வேணும்? அவர் கைப்பட ஒரு மன்னிப்பு லெட்டர் மாதிரி எழுதித்தரச் சொல்லட்டுமா?”

“தேவையில்லை. சட்டப்படி இந்தத் தப்புகளுக்கான தண்டனை அவருக்குக் கிடைச்சாப் போதும்.”

இன்ஸ்பெக்டர் வல்லரசு பெருமூச்சுவிட்டார். அரவிந்தைப் பார்த்தார்.

“சார், நான் தான் சொல்லிட்டேனே, எனக்கு எந்த அப்ஜெக்ஷனும் இல்லை. நான் தெரிஞ்ச ஆசாமியாச்சேன்னு பாக்கவேணாம் இன்ஸ்பெக்டர். புகாரைப் பதிவு செய்யலாம்னு சொன்னேனே...”

“இதப் பாரும்மா வந்தனா. இப்ப நீ பாதிக்கப்பட்ட ஆத்திரத்தில் இருக்கே. எது சொன்னாலும் தப்பாத்தான் படும். சிந்திக்கிற புத்தி ஒளிஞ்சுக்கிட்டு சீறிப் பாயற புத்திதான் இப்ப முன்னாடி நிக்கிது. சாரை எனக்கு நல்லாவே தெரியும். இந்தப் புகாருக்குப் பயந்து எங்கயும் ஓடிடமாட்டார். இந்தப் புகார் என்கிட்டேயே இருக்கட்டும். ஒரு நாள் பூரா யோசிம்மா. கொஞ்சம் பதற்றம் தணிஞ்சு மனசு நிதானத்துக்கு வரும். நாளைன்னைக்குக் காலைல வாம்மா. அப்பவும் இவர் மேல ஆக்ஷன் எடுத்தே ஆகணும்னு நீ தீர்மானமா இருந்தா, நிச்சயமா நான் இவரை அரெஸ்ட் பண்றேன். இவரும் குற்றத்தை மறுக்கலை. இதை நான் ஒரு போலீஸ்காரனாப் பேசலை. ஒரு வெல் விஷராப் பேசறேன்.”

“யாரோட வெல்விஷரா?”

“உன்னோட வெல்விஷராத்தாம்மா.”

வந்தனா படக்கென்று எழுந்துகொண்டாள். "நாளைன்னைக்குக் காலைல வருவேன். அப்பவும் இதே தீர்மானத்திலதான் நிப்பேன். அதில் மாற்றமே இருக்காது. நீங்க புகாரைப் பதிவு செஞ்சுக்கலைன்னா நான் கமிஷனர் ஆபீசுக்கே நேராப் போய்டுவேன்." என்றவள், வேகமாக எழுந்து சென்றாள்.

வல்லரசு அரவிந்த் பக்கம் பார்த்து, "புயல் ஓய்ஞ்சா மாதிரி இருக்கு. இந்தப் பொண்ணையா லவ் பண்ணீங்க?" என்றார்.

"இப்பவும்தான் சார் லவ் பண்றேன்." எழுந்துகொண்டான்.

"அதென்ன காதல் லாஜிக்கோ! எனக்குப் புரியலை, ஆனா மிஸ்டர் அரவிந்த்! விஷயம் விளையாட்டானதில்லை. அந்தப் பொண்ணைச் சமாதானப்படுத்தப் பாருங்க. புகாரை ரெஜிஸ்தர் பண்ணினா... இது பெரிய விஷயம், இப்ப உங்க வெல்விஷராப் பேசலை, போலீஸ்காரனாச் சுட்டிக் காமிக்கிறேன்."

"அந்தப் பொண்ணை மாதிரியே எந்த விளைவையும் ஏத்துக்கற தயார் நிலையை விட்டு மாறாம நானும் இருக்கேன்! இன்ஸ்பெக்டர், வர்றேன்."

அரவிந்த் வெளியேறியதும் வல்லரசு சப்-இன்ஸ்பெக்டரைப் பார்த்து. "ரொம்ப சீரியஸான விஷயம். இவ்வளவு அசால்டா போறாரே." என்றார்.

"அந்தப் பொண்ணைச் சமாதானப்படுத்திடலாங்கிற நம்பிக்கைலதான் அப்படிப் பேசிட்டுப் போறார். கேஸ் போடற வரைக்கும் விட்டுடுவாரா என்ன? பேர் என்னாகறது? காறித்துப்புற விஷயமில்லையா இது! நாளைக்கு இவர் ஆபீஸ்ல எவனாச்சும் மதிப்பானா? எல்லாம் ட்ராமான்னு தான் எனக்குப் படுது. லவ் ட்ராமா."

"இவங்க ட்ராமா பண்றதுக்கு நம்ம ஸ்டேஷன் தான் கிடைச்சுதா?" என்று ஒலித்த போனை எடுத்தார் வல்லரசு.

◈◈◈

வெளியே வந்த அரவிந்த் பஸ் ஸ்டாண்டில் காத்திருந்த வந்தனா அருகில் வந்து நின்றான்.

"வந்தனா!" என்றான். இவன் யாரோ என்பதுபோல் கவனிக்காதது போல நின்றாள்.

"நீ புகாரை வாபஸ் வாங்கிக்கோன்னு சொல்றதுக்காக இப்ப வரலை வந்தனா! இந்தத் துணிச்சலும், இந்த ரோஷமும், இந்தப் புலிக்குணமும் எனக்கு இன்னும், இன்னும், இன்னும் அன்பைத் தூண்டத்தான் செய்யுது. ஸ்டில் ஐ லவ் யூ. நீ என்ன நடவடிக்கை எடுத்தாலும் சரி, எனக்கு என்ன தண்டனை கிடைச்சாலும் சரி, இது மாறாது. இன்னும் அதிகமா நேசிப்பேன். உன் மேலே கோபம் மட்டும் வரவே வராது. நீ என்னை, என் அன்பைப் புரிஞ்சுக்கிறதுக்காகத் தவமிருப்பேன். புரியவைக்கிறதுக்காகக் கடைசி வரைக்கும் முயற்சி செஞ்சுக்கிட்டுத் தான் இருப்பேன். நீ எந்த முடிவு வேணும்னாலும் எடு. ஆனா டோண்ட் ஹேட்மி ப்ளீஸ்..."

அரவிந்த் மெல்லிய குரலில் இவ்வளவும் சொல்லிவிட்டு அருகில் நின்ற ஆட்டோவில் ஏறிக்கொண்டு சென்றதும், திகைத்து நின்றாள் வந்தனா.

என்ன கேரக்டர் இவன்! இந்தக் கெஞ்சு கெஞ்சுகிறானே! யாசித்து வருவதா காதல்? இதே விஷயத்தைத் தான் நேற்று முரட்டுத்தனமாக வலியுறுத்தினான். இந்த உருக்கம் உண்மையான முகமா, இல்லை முரட்டுத்தனம் உண்மையான முகமா? எது நிஜம்? எது வேஷம்?

நேற்றையது நிஜம், அதைப் பொய்யாக்க இன்றையது வேஷம்! எதிரியை மோதிச் சமாளித்தல் ஒரு வகை. பணிந்து சமாளித்தல் ஒருவகை. ஆக இதுவும் ஒரு சமாளித்தல்தான். அப்படியும் எதிரிதான்.

பஸ் பிடித்து இறங்கி, குழப்பத்துடன் நடந்து தன் வீட்டிற்கு வந்தபோது, "நில்லுடி. நீ போலீஸ் ஸ்டேஷன் போனது தெரியும்.

நான் என்ன சொல்லிட்டு வந்தேன்? என் வார்த்தையை மீறிட்டு இப்போ வீட்டுப் படியை மிதிக்க உனக்கு வெக்கமா இல்லை!" என்றாள் அம்மா காட்டமாக.

"உள்ளே வாம்மா. எதுவா இருந்தாலும் அப்புறம் பேசிக்கலாம்" என்றான் கோபி.

"என் வார்த்தையைக் கேக்காதவளுக்கு இங்கே என்னடா வேலை?"

"இப்ப என்ன நடந்துடுச்சும்மா?" என்றான் கோபி.

"மானமே போகப் போகுது. கைகாட்டிக் கைகாட்டிப் பேசப்போறாங்க. ஒரு குடும்பத்துக்கு வேற என்ன கேவலம் வேணும்?"

உடனே அமைதியாக உள்ளே வந்து தன் அறைக்குச் சென்று சூட்கேஸ் எடுத்து, உடைகளை, புத்தகங்களை அடுக்கிக்கொண்டே, "என்னால எந்தக் கேவலமும் வேணாம். எனக்குச் சரின்னு பட்டபடிதான் நான் நடப்பேன். அதுக்கு அனுமதி கிடைக்காத வீட்ல இருந்துக்கிட்டுத் தினம் மோதிக்கிட்டு இருக்க வேணாம். நான் போய்டறேன்." என்றாள் உறுதியாக, வந்தனா.

——

18

அத்தியாயம்

வந்தனாவின் அறைக்குள் வேகமாக வந்த கோபி, அவள் சூட்கேசிற்குள் அடுக்கின உடைகளை, புத்தகங்களை எல்லாம் அள்ளி வெளியில் போட்டான். மூச்சு வாங்கப் பேசினான்:

"வந்தனா! உன்னோட ரோஷத்துக்கு அளவே இல்லையா? அதை வீட்லேயும் காட்டணுமா? அம்மா ஏதோ கோபத்தில் சொன்னா நீயும் விசுக்குன்னு புறப்படறேன்றியே, என்னதான் நினைச்சுக்கிட்டிருக்கே நீ? என்ன விஷயமானாலும் வீட்டைவிட்டுப் புறப்படறதுங்கற சிந்தனையே உனக்கு வரக்கூடாது. போய் வேலையைப் பாரு."

அதே சமயத்தில் தன் அம்மாவிடம் வந்தான். "அவதான் பிடிவாதமாப் பேசறான்னா நீயும் பொறுமை இல்லாம பேசினா எப்படிம்மா? தனக்கு நடந்த அவமானத்துக்குச் சட்டப்படி நியாயம் கிடைக்கணும்னு துடிக்கிறா, அவ்வளவுதானே? விடு. அவ இஷ்டப்படி விடு. நடக்கறது. நடக்கட்டும். இன்னொரு

தடவை வீட்டை விட்டுப் போன்னு பேசிடாதே. பொசுக்குன்னு புறப்பட்டுப் போய்டுவா. அதுதான் பெரிய அவமானம்." என்று சொல்லிவிட்டுத் தன் அறைக்குள் சென்று டமார் என்று கதவைச் சாத்திக்கொண்டான்.

வந்தனா தன் அறையில் இருந்து திரும்பிப் பார்க்க, அம்மா அவசரமாக முகத்தைத் திருப்பிக் கொண்டு, சமையல்கட்டிற்கு நடந்தாள். அண்ணி பானுமதி, பார்வையை விலக்கிக்கொண்டு, தூளியை ஆட்டிக் கொண்டிருந்தாள். தங்கை சூர்யா, விட்ட இடத்திலிருந்து தன் பாடத்தை உரக்கப் படிக்கத் தொடங்கினாள்.

"அப்புறம்?" என்றாள் கவிதா.

தன் கை விரல்களின் நகங்களை மௌனமாகப் பார்த்தாள் வந்தனா.

அந்த ஹோட்டலின் திறந்த புல்வெளியில் வெள்ளைத் துணி போர்த்திய சதுர மேஜையின் எதிரெதிரே மூங்கில் நாற்காலிகளில் அமர்ந்திருந்தார்கள். பீங்கான் கிண்ணத்தில் புதிய மலர்கள் செருகப்பட்டிருந்தன. புல்வெளியில் எங்கோ ரகசியமாகப் பதுக்கப்பட்டிருந்த ஸ்பீக்கரில் இருந்து இதமான ஜலதரங்க இசை கசிந்து கொண்டிருந்தது.

"அப்புறம் எங்க வீட்டுக்குள்ளேயே அன்னியிலேர்ந்து நான் ஒரு தீவாகிட்டேன். இந்த ரெண்டு வாரமா அம்மா என்கூட ஒரு வார்த்தை கூடப் பேசலை. நான் மறுபடி ஸ்டேஷன் போய் என் புகார் மேல நடவடிக்கை எடுக்கச்சொல்லி வலியுறுத்தினதில் வீட்லே யாருக்குமே சம்மதமில்லை. கோபி மட்டும்தான் கொஞ்சம் ஆறுதலாப் பேசிட்டிருக்கான். ஆனா மனசுக்குள்ளே வருத்தம்தான் கவிதா! நான் செஞ்சது எந்த வகையில தப்பு? எது நடந்தாலும் கம்முன்னு எப்படி இருக்க முடியும்?"

கவிதா காற்றில் கலைந்த தன் கூந்தலைத், திருத்திக் கொண்டே, "வந்தனா! நானா இருந்தாக்கூட உன் துணிச்சல் எனக்கு வருமாங்கிறது சந்தேகம்தான். அரெஸ்ட் பண்ணிட்டாங்க இல்லை?" என்றாள்.

ஆமாம். அவங்கண்ணன் ஜாமீன்ல எடுத்துட்டார். நாளைக்குக் கோர்ட்ல விசாரணை ஆரம்பம். பேப்பர்ல கூட வந்துடுச்சே. நீ பார்க்கலை?"

"கல்கத்தால என் சித்தி இருக்கிற ஏரியால தமிழ்ப் பேப்பர் கிடைக்கிறதில்லை வந்தனா! நேத்து ஊருக்கு வந்ததும் ரேடியோ ஸ்டேஷன்ல பரபரப்பா உன் பேச்சுத்தான் அடிபட்டுது. அரைகுறையாச் சொன்னங்க. உன்கிட்டேயே கேட்டுடலாமேன்னுதான் உன்னைத் தனியா அழைச்சுட்டு வந்து கேட்டேன். நான் கேக்கறதால உனக்கு சங்கடம் எதுவுமில்லையே?"

"நிச்சயமா இல்லை கவிதா. இந்தச் சம்பவம் என் ஆத்திரத்தைத் தூண்டிச்சு. கோபமா நடவடிக்கை எடுக்கணும்னு முடிவெடுக்க வச்சிடுச்சு. ஆனா நிச்சயமா என்னை அப்செட் செய்யலை. மூலையில் உட்கார்ந்து அழ வைக்கலை. எப்பவும் போல டியூட்டிக்கு வந்துட்டேன். நிகழ்ச்சி அறிவிப்புகளும் செஞ்சிக்கிட்டுத்தான் இருக்கேன். யார் கேட்டாலும் நடந்ததை மறைக்காம சொல்றேன். வெரிகுட். இப்படி நாலு பேர் துணிச்சலா நடவடிக்கை எடுத்தாத்தான் ஆம்பளைங்க திமிர் அடங்கும்'னு சொல்றாங்க."

கவிதா சற்றுத் தயங்கிவிட்டு, "வந்தனா! அதெல்லாம் பொய்யான விமர்சனம். அவங்களே உன் முதுகுக்குப் பின்னாடி என்ன பேசறாங்க தெரியுமா? ரேடியோ ஸ்டேஷன்ல என்கிட்டே தகவல் சொன்னவங்க எல்லாம்..."

"தெரியும். ரொம்பத்தான் அலட்டிக்கிறா, மமதை ஏறிப்போய்க் கிடக்கு, கொழுப்புப் பிடிச்ச ராங்கிக்காரி... இப்படித்தானே சொல்றாங்க?"

கொண்டு வந்து வைக்கப்பட்ட கட்லெட்டை மௌனமாக ஸ்பூன்களால் வெட்டிச் சாப்பிடத் தொடங்கினாள். கவிதா.

"வந்தனா! எனக்கு ஒரு சந்தேகம்."

"என்ன?"

"அரவிந்த் பெரிய பணக்காரன். இந்த விஷயத்தை அமுக்கத்தானே பார்ப்பான்? எப்படி கேஸ் கோர்ட்டுக்கு வர்ற வரைக்கும்விட்டான்?"

“சாது மாதிரி பேசி, வேண்டிய இன்ஸ்பெக்டரை என் புகாரை உடனே வாங்கிக்கவிடாம டிலே செஞ்சான். என்கிட்டேயும் லவ் டயலாக் அடிச்சுப் பார்த்தான். ‘நான் கமிஷனர் ஆபீஸ் போய்ப் பெட்டிஷன் கொடுக்கட்டுமா’ன்னு மறுநாள் நான் போலீஸ் ஸ்டேஷன்ல கேட்டதும், இன்ஸ்பெக்டர் மிரண்டு போய், வேற வழி இல்லாம கேஸ் பதிவு பண்ணினார். டாக்டர் சர்ட்டிஃபிகேட் இருக்கு. என் அண்ணனோட சாட்சி இருக்கு. அவனால எதுவும் செய்ய முடியாது.”

“பெரிய வக்கீலாப் பிடிச்சுக் கேஸைத் திசை திருப்புவான். அதுக்கு முன்னாடி உன்கிட்டேயே சமரசத்துக்கு முயற்சி செய்வானே... செய்யலையா?”

“அந்த ஃபிரெண்டு கிருஷ்ணன் வந்து என்னை மீட் பண்ணான். எல்லாம் தன்னாலதான் நடந்ததுன்னு உருக்கமாப் பேசினான். கேஸை வாபஸ் வாங்கிக்கச் சொன்னான். அரவிந்த் அனுப்பலை, தானாகவே தான் வந்தாகச் சொன்னான். ஆனா எல்லாம் அரவிந்த்தோட வேலையாத்தான் இருக்கும். க்ளேவர் ராஸ்கல்! ஒண்ணுமே தெரியாத பாப்பா மாதிரி வேஷம் போடுவான். யார் வந்து சொன்னாலும் இந்தக் கேஸை நான் விடறதா இல்லை கவிதா!”

சற்று மௌனமாக இருந்த கவிதா, “உன்னோட தன்மானமும், வைராக்கியமும் பெருமைப்பட வைக்குது. ஆனா குற்றம் நிரூபணம் ஆகி அரவிந்த்துக்குத் தண்டனை கிடைக்கும்ன்னு நம்பறியா? அந்த அளவுக்கு விட்டுடுவானா?”

“அது என்னால சொல்ல முடியாது. நீதியும், நேர்மையும் ஜெயிக்கணும். ஆனா பெரும்பாலும் ஜெயிக்கிறதில்லை. அவன் ஏதாச்சும் தகிடுதத்தம் செஞ்சு நைஸாத் தப்பிச்சுடுவான்னுதான் நினைக்கிறேன்.”

“அப்புறம் எதுக்குப் போராட்டம்?”

“இது என்ன கேள்வி? ரேஸ்ல கலந்துக்கிற அத்தனை பேரும் ஜெயிக்க முடியுமா? ஆனா தான் ஜெயிக்கணுங்கிற

தன்னம்பிக்கையோட கலந்துக்கிறதில்லையா? அந்த மாதிரி இந்தக் கேஸ்ல நான் ஜெயிக்கணும்னு விரும்பறேன். அது பெண் சமுதாயமே ஜெயிச்ச மாதிரி. வெற்றியோ – தோல்வியோ, தீர்ப்பு அவனுக்குச் சாதகமோ, பாதகமோ... அதைப்பத்தியெல்லாம் எனக்குக் கவலை இல்லை. மழுங்கிப் போய்டாம அநியாயத்துக்கு எதிராப் போராடினேன்ங்கிற திருப்தி போதும் எனக்கு."

கவிதா சில வினாடிகள் வந்தனாவை இமைக்காமல் பார்த்தாள்.

"என்ன அப்படிப் பார்க்கறே?"

"இல்லை, ஒண்ணுமில்லை."

"பரவாயில்லை, சொல்லு. சின்ன விஷயத்தைத் தேவையில்லாம பெரிசுபடுத்தறேன்னு நினைக்கிறியா?"

"சேச்சே. இது சின்ன விஷயமில்லை தான். ஆனா யாரும் பெரிசுபடுத்தத் தயங்கற விஷயம். நான் கேக்க வந்தது, வேற. விடு."

"என்ன அது கவிதா? கேளேன்."

"அரவிந்த் உன்னைக் காதலிக்கிறதாச் சொன்னது, இன்ஸ்பெக்டர்கிட்டே சொன்னது, அப்புறம் மறுபடி உன்கிட்டே சொன்னது... எல்லாமே வேஷம்னு நினைக்கிறியா?"

"என் மேல அவனுக்கு இருந்ததும், இருக்கிறதும் காதல் இல்லை. காமம்! அன்னைக்கு நான் நாசமாக வேண்டியவ. அந்த வர்க்கத்துக்கு யாரையும் விலைக்கு வாங்கித்தான் பழக்கம். என்னை வேற விதமா வழிக்குக் கொண்டு வர முயற்சி செய்யறதுக்குக் காதல்ங்கிறது ஒரு தூண்டில் வார்த்தை. இப்போ பிரச்னையிலேர்ந்து தப்பிக்கிறதுக்காக அதையே கண்ட்டினியூ செய்யறான். என் வீட்லே சொல்லி, ஸ்டேஷன்ல சொல்லி, பத்திரிகைக்காரங்ககிட்டே எல்லாம் கூட காதல், காதல்ன்னு புலம்பியிருக்கான். நாளைக்குக் கோர்ட்லயும் அதையே தான் சொல்லப் போறானாம். இரக்கம் சம்பாதிக்கிறதுக்கான வழி இது. மறைமுகமா என் பேரைக் கெடுத்துடறதுக்கான முயற்சியும் கூட."

காப்பி கொண்டு வந்து வைக்கப்பட்டது. கவிதா பீங்கான் கிண்ணத்தில் இருந்து சர்க்கரை எடுத்துப்போட்டுக் கலக்கிக் கொண்டே...

“தப்பா நினைச்சுக்காதே வந்தனா! இந்த விவகாரத்தால நாளைக்கு உன் கல்யாணமே தடைப்படலாம் இல்லையா?”

வந்தனா மெல்லச் சிரித்து, “இதுக்குப் பேர்தான் பிரம்மாஸ்திரம் கவிதா! கடைசிபட்சமா எல்லாரோட வீடுகள்லேயும் பெண்கள் மேல பயன்படுத்தப்படற கடைசி அம்பு. காலங்காலமாப் பெண்ணுங்கிறவளைக் கல்யாணத்துக்காகவே தான்னு, என்னமோ சாகுபடிக்காகப் பயிர் வளர்க்கிற மாதிரி வளர்த்ததால வர்ற தவிர்க்க முடியாத சிந்தனை. பெண் கொஞ்சம் நிமிர்ந்து வழக்கத்துக்கு மாறா ஒரு காரியம் செய்ய நினைச்சா... ‘கல்யாணமாக வேண்டிய பொண்ணு, உனக்கேன் அதெல்லாம்’ன்னு ஒரு வசனத்தைச் சொல்லி அதட்டி, அந்த நினைப்பையே கழுவிடறாங்க. கவிதா! என்னைப் பொறுத்தவரைக்கும் ஆம்பளைங்க அத்தனை பேரும் சுயநலம் பிடிச்சவங்க. கொஞ்சமோ, அதிகமோ, ஆளுமை குணம் படைச்சவங்க. இந்த ‘ஹி’வர்ல்ட் எனக்குப் பிடிக்கலை. இதை மீறி யாராச்சும் ஓர் ஆம்பளை என்னை ரொம்ப இம்ப்ரெஸ் செய்தாத்தான் எனக்குக் கல்யாணம் இல்லேன்னா இல்லை. வயசாய்டுச்சே, காலா காலத்தில புள்ளை பெத்துக்கணுமேங்கிற காரணங்களுக்காகக் கண்டிப்பா நான் கல்யாணம் பண்ணிக்கவே மாட்டேன். அதனாலதான் எந்த பாதிப்பைப் பத்தியும் கவலைப்படாம நான் இந்த விவகாரத்தை ஒரு சவால் மாதிரி எடுத்துக்கிட்டிருக்கேன்.”

கவிதா தன் வாட்ச் பார்த்து எழுந்து, “புறப்படலாமா? ஆல் தி பெஸ்ட்” என்றாள். தட்டில் இருந்த பாக்கிப் பணத்தில் டிப்ஸ் போக மீதியை எடுத்துத் தன் கைப்பையில் வைத்துக்கொண்டு எழுந்தாள் வந்தனா.

பஸ் ஸ்டாப்பில் கவிதாவின் பஸ் முதலில் வந்து, அவள் போனபிறகு வந்தனா மட்டும் காத்திருந்தபோது, சாலையின்

எதிர்ப்புறத்தில் பத்து, இருபது பேர் திடீரென்று பரபரப்பாய்க் கூடுவதைப் பார்த்தாள். சற்றுத் தள்ளி அழுது கொண்டே நின்ற சிறுமியை உடனே அடையாளம் புரிந்தது.

சசிகலா! குழந்தைகள் நிகழ்ச்சிக்காகத் தன் அப்பா பாபுவுடன் ரேடியோ ஸ்டேஷன் வரும் சிறுமி! ஏன் அழுகிறாள்?

வந்தனா உடனே சாலையைக் குறுக்கில் கடந்து, அவளை அடைந்து தூக்கிக்கொண்டு, "ஏன்ம்மா அழுவறே? தனியா நிக்கிறியே, அப்பா எங்கே?" என்றபோது அந்தக் குழந்தை விசும்பல்களுக்கு மத்தியில் அங்கு அருகிலிருந்த கூட்டத்தைக் கை காட்டினாள்.

"விலகுங்க, இங்கே என்ன?" வந்தனா கூட்டத்தை விலக்கிக்கொண்டு சசிகலாவுடன் எட்டிப் பார்க்க, பாபு அரை மயக்கத்தில் தடுமாறிக் கிடக்க, அவர் வலப் புறங்கையில் நான்கு இஞ்ச் நீளத்திற்கு ரத்தக்காயம். ரத்தம் வழிந்து, அவர் வேட்டியில் எல்லாம் கொட்டியிருக்க, யாரோ சோடா உடைத்து முகத்தில் அடித்தார்கள். யாரோ காற்றைவிடச் சொன்னார்கள்.

"குழந்தையோட இவர் மெதுவா வந்துக்கிட்டிருந்தாங்க. ஒரு திருட்டு ராஸ்கல் சட்டுன்னு கத்தியைக் காட்டி ஹேண்ட்பேகைப் பறிச்சிக்கிட்டு ஓடிப் போய்ட்டாங்க. இவர் போராடினப்போ கையில கிழிச்சிடுச்சு கத்தி."

வந்தனா தனக்குத் தெரிந்தவர் என்று சொல்லி, தான் கவனித்துக் கொள்வதாகச் சொல்லி, ஆட்டோ பிடித்து, இரண்டு பேர் கைத்தாங்கலாக நடத்தி அமர வைக்க, அழும் சசிகலாவைச் சமாதானம் செய்து கொண்டே...

ஆஸ்பத்திரியில் கட்டுப்போட்டதும், பாபு வேண்டாம் என்று சொல்லியும் வற்புறுத்தி, ஏரியா போலீஸ் ஸ்டேஷன் அழைத்துச் சென்று, புகார் கொடுக்க வைத்து, அதன் பிறகு வேளச்சேரியில் இருக்கும் அவரின் வீடுவரைக்கும் துணை வந்தாள்.

பாபு தன் வீட்டுக் கதவை அவசரமாகத் திறந்து, நாற்காலி. எடுத்துப்போட்டு வந்தனாவை உட்காரச் சொல்லிவிட்டு, "நீங்க தயவுசெஞ்சு என்னை முதல்ல மன்னிக்கணும்" என்றார்.

விழித்தாள் வந்தனா, மன்னிப்பு எதற்கென்று புரியாமல்.

———

19

அத்தியாயம்

‘புரியவில்லையே இவர் சொல்வது’ என்று குழம்பினாள் வந்தனா.

உதவி என்று எதாவது செய்தால், அதைப் பெற்றவர் நியாயமாக நன்றி தெரிவிப்பது வழக்கம். இவர் எதற்காக மன்னிக்கச் சொல்கிறார் என்று வந்தனாவுக்குப் புரியவில்லை.

கட்டுப் போடப்பட்ட கையைத் தூக்கி அதனடியில் ஒரு தலையணையை எடுத்து வைத்துக்கொண்டு ஈஸி சேரில் சாய்ந்து அமர்ந்துகொண்டார் பாபு.

“ரொம்ப வலிக்குதாப்பா?” என்று கேட்ட சசிகலா அருகில் இருந்த சிறிய ஸ்டூலைத் தூக்க முடியாமல் தூக்கிச் சென்று சுவரோரமாகப் போட்டு, அதன் மேல் ஏறி மின் விசிறியின் சுவிட்சைப் போட்டாள்.

“சொன்னா நான் போடமாட்டேனாம்மா?” என்ற வந்தனா அவளைத் தூக்கித் தரையில் இறக்கி விட்டுவிட்டு வந்து தன் நாற்காலியில்

அமர்ந்து, "எதுக்காக என்னை மன்னிக்கச் சொன்னீங்க சார்?" என்றாள்.

"உங்களைப் பத்தி தப்பான அபிப்ராயம் நான் வச்சிருந்தேன். அதை நீங்க உடைச்சிட்டீங்க. நான் எதையும் மனசுல வச்சிக்கிறதில்லைங்க. உங்களுக்குத் தெரியுமோ, தெரியாதோ? ரேடியோ ஸ்டேஷன்ல உங்களைப்பத்தி பல பேர் பலவிதமா பேசறாங்க. திமிர் பிடிச்சவன்னும், ராங்கிக்காரின்னும், அலட்டல் திலகம்னும், கொழுப்பு ஏறிப் போனவன்னும் பேசறாங்க' பேப்பர்ல தொழிலதிபர் அரவிந்த் மேல நீங்க புகார் கொடுத்து வழக்கு நடக்கிற சமாச்சாரத்தைப் படிச்சதும் இன்னும் அதிகமாப் பேசறாங்க. நாலு பேர் சொல்றதை வச்சு நானும் உங்களை அதேமாதிரியே எடை போட்டுட்டேன். நமக்கென்னன்னு போகாம சட்டுன்னு வந்து உதவி செஞ்சீங்களே. அதுவும் இல்லாம நியாயத்துக்காகப் போராடணும்ங்கிற உணர்வோட என்னை வற்புறுத்தி போலீஸ் ஸ்டேஷன் கூட்டிட்டுப் போனிங்களே... உங்களைப் போய் நான் தப்பா நினைச்சு, தப்பா பேசவும் ஆரம்பிச்சுட்டேன். அதுக்குத் தான் மன்னிப்புப் கேட்டேன்" என்ற பாபுவுக்குக் கண்கள் கலங்கின.

வந்தனா சற்றே ஆச்சரியத்துடன் அவர் முகத்தைப் பார்த்தாள்.

அணிந்திருக்கும் ஷெல்ப்ரேம் போட்ட கண்ணாடியும் லேசான தாடியும் வயதைக் கூட்டிக் காட்டினாலும், முப்பத்தைந்து வயதிற்கு மேல் இருக்க முடியாது, என்னைவிட மிக மூத்தவர். வாழ்ந்தவர். மனைவியை இழந்தவர். ஐந்து வயதுப் பெண்ணிற்கு அப்பா! இவர் தன் மனத்திற்குள் வைத்திருந்த அபிப்ராயம் தப்பாய்ப் போனதற்கே மன்னிப்பு கேட்க முன்வருவதென்றால்... இதை கண்ணியம் என்பதா?

"நீங்க மட்டும் இல்லை சார்! ரேடியோ ஸ்டேஷன்ல மட்டுமில்லை சார்! எல்லா இடத்திலேயுமே... ஏன் என் வீட்லகூட எனக்குத் திமிர் பிடிச்சவன்னுதான் பேரு. என்னை எப்படி விமர்சிக்கிறாங்கன்னு எனக்குத் தெரியும். என் மனசுதான் எனக்கு முக்கியம். அது சரின்னு சொல்றபடி நான் நடக்கிறேன். என்

முதுகுக்குப் பின்னாடி பேசப்படறதைப் பத்தியெல்லாம் நான் கவலைப்படறதில்லை. அதனால் இதுக்குப்போய் நீங்க பெரிசா வருத்தப்பட வேணாம்." என்ற வந்தனா அந்த வீட்டின் சுவர்களில் மாட்டப்பட்டிருந்த படங்களின் மேல் பார்வையை ஓட்டினாள்.

பிள்ளையார், முருகன், சரஸ்வதி, ஐயப்பன், பிறகு சற்று இளமையாகச் சிரித்துக் கொண்டு பாபு, தன் நண்பர்களுடன் பாபு, தவழ்கிற சசிகலா, வயர் பின்னின கூடை நாற்காலியில் அமர்ந்து கையில் பிளாஸ்டிக் பூ வைத்திருக்கும் சசிகலா, ஒரு தினசரி காலண்டர்.

"உங்க மனைவி படத்தையே காணோமே?" என்றாள்.

பாபு அமைதியாக இருக்க, "அம்மாதான் செத்துப் போய்ட்டாங்களே." என்றாள் சசிகலா கண்களைச் சிமிட்டி.

"அது தெரியும்மா. போட்டோ எதுவும் இல்லையேன்னு கேட்டேன்."

"நான்கூட டாடியைக் கேட்டேன் ஆண்ட்டி! எங்கம்மா பாவம். அவங்களை யாருமே போட்டோவே எடுக்கலையாம். இல்லைப்பா?"

"ஆமாம் கண்ணு. நீ போய் பக்கத்து வீட்ல விளையாடு, போ."

"சரிப்பா" சசிகலா உடனே உற்சாகமாக ஓடிப் போனாள்.

"உங்க கல்யாணத்தில கூடவா போட்டோ எடுக்கலை?" என்றாள் வந்தனா.

"இல்லைங்க, அது குழந்தைக்காக சொன்ன பொய்."

"அதானே பார்த்தேன். இந்தக் காலத்திலே போட்டோ கூடவா எடுக்காம இருப்பாங்க? பின்னே ஏன் மாட்டலை? ஒருவேளை பூஜை ரூம்ல மாட்டிவச்சிருக்கீங்களா? சசிகலாவோட அப்பாவி முகத்தைப் பார்க்கிறப்போ அவங்கம்மா எப்படி இருந்திருப்பாங்கன்னு பார்க்கணும்னு ஓர் ஆர்வம். அதனாலேதான் கேட்டேன். அவங்க எப்படி இறந்தாங்க சார்?"

பாபு தன் கண்ணாடியைக் கழற்றி வாயால் தூசு ஊதி மறுபடியும் அணிந்துகொண்டு, "அவ சாகலைங்க. உயிரோடதான் இருக்கா." என்றார்.

வந்தனாவிற்கு ஆச்சர்யம் மேலிட்டது.

"முதன் முதலா சசிகலாவோட உங்களைச் சந்திச்சப்போ அவ அம்மா வரலையான்னு நான் கேட்டதுக்கு அவங்க இறந்து போய்ட்டதாச் சொன்னிங்களே சார்...?"

"உங்ககிட்டே மட்டுமில்லை. எல்லார்கிட்டேயும் அப்படித்தான் சொல்லிக்கிட்டு இருக்கிறேன்." என்றார் பாபு.

"ஏன், உங்க ரெண்டு பேருக்குள்ளே ஏதாவது மனஸ்தாபமா? அப்படியிருந்தாலும் செத்தே போய்ட்டதா குழந்தைகிட்டே முதற்கொண்டு சொல்ற அளவுக்கு... உங்க கோபம் ரொம்ப அதிகமாத் தெரியுது. உங்க சொந்த விஷயம் இது. ஆனா நீங்க சொல்ற தகவல் என்னைப் பாதிக்குதுங்க. சொல்லலாம்னா சொல்லுங்க. என்ன பிரச்னை?"

பாபு சற்று முகத்தைச் சுருக்கினார்.

"சொல்றதைப் பத்தி ஒண்ணுமில்லை. ஆனா இதிலே உங்களை என்ன பாதிக்குதுன்னு எனக்குப் புரியலையே?"

"எந்த ஒரு பெண் அவமானப்படுத்தப்பட்டாலும் சரி, கொடுமைப்படுத்தப்பட்டாலும் சரி, அது என்னைப் பாதிக்கும் சார்! நீங்க கோவிச்சுக்கிட்டாலும் சரி, ஆம்பளைங்க அத்தனை பேருமே பொம்பளைங்களை அடிமைப்படுத்தத்தான் நினைக்கிறீங்க. சிலர் நேரடியா, கீழ்த்தரமா. சிலர் மறைமுகமா, நாகரிகமா. காரணம் எதுவா வேணும்னாலும் இருக்கட்டுமே... உயிரோட இருக்கிற உங்க மனைவியைச் செத்துப்போய்ட்டதா எல்லார்கிட்டேயும் சொல்றீங்களே, இதுதான் உங்க ஆண்வர்க்கத்துக்கே உள்ள ஆள்ற புத்தி."

"ஓகோ. உங்க கருத்துப்படி பொம்பளைங்க எல்லாரும் தெய்வங்கள், அப்படியா?" என்றார் கிண்டலாக.

"நான் அப்படிச் சொல்லலை. தியாக குணமும் விட்டுக்கொடுக்கறதும் பெண்களுக்குப் பிறப்பிலிருந்தே ஏற்பட்டுடுது. இல்லைன்னாலும் சூழ்நிலையோட கட்டாயத்தாலே ஏற்படுத்திக்கப்படுது. ஆனா ஆம்பளைங்களோட சுயநலத்துக்கு எல்லையே இல்லை. ஒவ்வொரு செயல்லயும் சுயநலம்."

"கொஞ்சம் அனுபவப் பற்றாக்குறை இருக்குங்க உங்ககிட்டே. உங்க வேகமும், கோபமும், சிந்தனையும் ரசிக்கிற மாதிரித்தான் இருக்கு. ஆனா இன்னும் கொஞ்சம் பக்குவம் வேணுங்க. எல்லா ஆம்பளைங்களும் திமிர்பிடிச்சவங்க இல்லை. அதேமாதிரி எல்லாப் பொம்பளைங்களும் நீங்க சொல்ற மாதிரி தியாகிகள் இல்லை."

"இதை நான் ஒப்புக்கவே மாட்டேன். நீங்க எவ்வளவு நேரம் வாதம் செஞ்சாலும் சரி" என்றாள் வந்தனா கைகளைக் கட்டிக்கொண்டு.

மெல்ல சிரித்துவிட்டு எழுந்த பாபு நடந்து மர அலமாரியைத் திறந்து அதன் தட்டுகளில் தேடி ஒரு கவரை எடுத்துவந்தார். நீட்டினார்.

"எடுத்துப் பாருங்க வந்தனா."

உள்ளிருந்து எடுக்க, அது ஓர் இளம் பெண்ணின் புகைப்படம். பெரிய விழிகள், மையால் கரை கட்டப்பட்டிருந்தன. சுருள் சுருளாய்க் கூந்தல் அலைகள், மேலுதட்டை விட, ஸ்டுடியோ விளக்கைப் பிரதிபலிக்கும் சற்றே தடித்த கீழுதடு. மேடான கன்னங்கள். அவற்றில் உரசும் காதருகில் எடுத்து விடப்பட்ட ரோம ஸ்பிரிங்ஸ்.

சசிகலா வளர்ந்தால் இப்படித்தான் இருப்பாள் என்று நினைத்துக்கொண்டாள் வந்தனா.

"இவங்கதான் உங்க மனைவியா?"

"மனைவிங்கிற வார்த்தையைக் கூடப் பயன்படுத்த முடியாதுன்னு நினைக்கிறேன். நான் தாலி கட்டின பொண்ணுன்னு சொல்லலாம்."

“தாலி கட்டினா பின்னே மனைவி தானே?”

“இல்லைங்க. குடும்பம் நடத்தினாத்தான் மனைவி. அவ பேர் தாரா. அவளும் மனைவியாகத்தான் இருந்தா ரெண்டு வருஷத்துக்கு மட்டும். அப்போ நாங்க இருந்தது மன்னார்குடியில. நான் நாடகத்தில் நடிச்சேன். அவ வீட்டைக் கவனிச்சுக்கிட்டா. சசிகலா பிறந்தா. அவளுக்கு ஆறு மாசம் இருக்கிறப்போ என்னோட நாடக கம்பெனி மேனேஜரை வீட்டுக்குக் கூப்பிட்டு விருந்து கொடுத்தேன். அவன் ஒரு மாதிரியான ஆசாமின்னு எனக்குத் தெரியாது. நான் இல்லாத நேரங்கள்ல வீட்டுக்குப் போய்க் கலகலப்பாப் பேசியிருக்கான். தாராவை வளைச்சுப் போட்டுட்டான். சிலர் என்கிட்டே ஜாடை மாடையாச் சொன்னப்ப எல்லாம் நான் நம்பலை. என் தாராவை நான் கொஞ்சம்கூட சந்தேகப்படலை. என்கிட்டே சொன்னவங்ககிட்டே சண்டை போட்டேன்.”

பாபு நிறுத்திவிட்டு ஹாலின் மூலையில் இருந்த மண் பானையில் இருந்து ஒற்றைக் கையால் தட்டு நீக்கி, தம்ளரில் நீர் மொண்டு குடித்துவிட்டு வந்தார்.

வந்தனாவை ஒருமுறை பார்த்துவிட்டு, திரும்பி ஜன்னலைப் பார்த்துக்கொண்டு பேசினார்.

“அவங்க ரெண்டு பேரும் தப்பு செய்ற கண்றாவிக் காட்சியை நானே என் கண்ணாலப் பார்த்துட்டேன். அவன் அலறி அடிச்சுக்கிட்டு ஓடிட்டான். நான் ஸ்தம்பிச்சுப் போய் நின்னுட்டேன். எனக்கு எதுவுமே புரியலை. சினிமால வர்ற மாதிரி உடனே அவங்க ரெண்டு பேரையும் கொலை செய்துடலாம்னு வெறி எல்லாம் எனக்கு வரலை. என் சுபாவம் அப்படி. என் ஆத்திரம் அழுகையாத்தான் வெடிச்சுது. விருட்டுன்னு புறப்பட்டு கோயிலுக்குப் போய்ட்டேன். என் தாராவா இப்படி, நான் என்ன குறை வச்சேன்னு ஒரே பதைப்பு.”

வந்தனா மௌனமாக அவரையே பார்த்துக் கொண்டிருந்தாள்.

“மறுநாள் தான் வீட்டுக்கு வந்தேன். நான் என்ன செய்யப் போறேனோன்னு நடுங்கிக்கிட்டே நின்னுக்கிட்டிருந்தா தாரா. அவளைத் தனி ரூமுக்கு அழைச்சுட்டுப் போய் உட்காரச் சொன்னேன். அழுதா. மன்னிச்சிடுங்கன்னு கால்ல விழுந்தா. என்னைக் கொன்னுடுங்கன்னா. கிணத்தில விழுந்து செத்துப் போயிடறேன்னா. அவளோட ஆர்ப்பாட்டத்தை எல்லாம் அமைதியாப் பார்த்தேன். அவ தற்கொலை பண்ணிக்கிறதால என்ன பிரயோஜனம்? ஒவ்வோர் உயிரும் வாழத்தான் பிறக்குது. சிலது நியதிகளோட வாழுது. சிலது எந்த நியதிகளுக்கும் கட்டுப்படறதில்லை. தாரா தப்பு செஞ்சிட்டா. அதுக்குப் பரிகாரம் அவ உயிரை நீக்கிக்கிறதோ, நீக்கறதோ இல்லைன்னு பட்டது. உடம்பு செஞ்ச தப்பு இது. மனசும் சேர்ந்து செஞ்சிருந்தா இப்படி மன்றாடாது. மன்னிப்பு கேக்காதுன்னு நானா ஒரு தத்துவம் தயாரிச்சுப் பெரிய மகாத்மா மாதிரி அவளை மன்னிச்சிடறதுன்னு முடிவு செஞ்சேன். நடந்ததை மறந்துடுன்னேன். குழந்தையோட எதிர்காலம் பாதிக்கும்னு அறிவுரை சொன்னேன். ரொம்ப நேரம் சொன்னேன். அழுதுகிட்டே கேட்டுக்கிட்டா. நீ தப்பே செய்யலே, அது கனவுன்னேன். நீங்க தெய்வம்ன்னு கால்ல விழுந்து மாலை மாலையா அழுதா.”

“பிறகு?”

“மன்னிக்கிறவன் அசடுன்னு புதுப்பாடம் எனக்குக் கத்துக்கொடுத்துட்டாங்க. இன்னும் தாய்ப்பால் மறக்காத ஆறு மாசக் குழந்தையைப் பத்தியும் அவ நினைக்கலை, ‘நடந்ததை மறந்துடு, எப்பவும் போல குடும்பம் நடத்தலாம்னு’ எந்தப் புருஷனும் சொல்லாத ஒன்றைச் சொன்ன என்னையும் நினைக்கலை. அந்த மேனேஜரோட அவ ஓடிப்போயிட்டா மறுநாளே.”

——

20

அத்தியாயம்

மறுநாளே நாடகக் கம்பெனி மேனேஜருடன் தன் மனைவி ஓடிப்போய் விட்டதை, குரல் தடுமாற பாபு சொன்ன விதம் வந்தனாவை மிகவும் பாதித்தது.

திடீரென்று அவளுக்கு மனம் கனத்துப் போனது. நேரில் சந்தித்திராத அந்தப் பெண் தாரா மேல், ஒரு ஜன்ம விரோதி மேல் ஏற்படும் ஆத்திரம் அக்னிப் பிழம்பாகத் துடித்தது.

ச்சே! இப்படியும் ஒரு பெண் நடந்து கொள்வாளா? தன் கணவனுக்குத் துரோகம் இழைப்பதே எவ்வளவு பெரிய தவறு. அத்தனைப் பெரிய தவறை மன்னிக்க முன் வந்த சகிப்புத்தன்மை மிக்க ஒரு கணவனுக்கு, நிரந்தரமான ஒரு துரோகத்தைச் செய்ய எப்படி மனம் வரும்?

“பிறகு என்னாச்சுங்க?” என்றாள் வந்தனா.

ஒரு பெருமூச்சை வெளியேற்றி விட்டு விரக்தியாகச் சிரித்தார் பாபு.

“எனக்கு அப்பக்கூட அவளைத் தேடிப் பிடிச்சு ஏதாச்சும் செய்துடணும்னு வெறி ஏற்படலை. மிதிக்கக் கூடாததை மிதிச்ச ஓர் அருவருப்பு மட்டும்தான் மனசுல ஏற்பட்டுச்சு. நாயைக் குளிப்பாட்டி நடுவீட்ல வச்சாலும்...னு ஒரு பழமொழி சொல்வாங்களே, அதுமாதிரி அவ நல்ல பொண்ணில்லைன்னு ரொம்ப தாமதமாப் புரிஞ்சுக்கிட்டது என் தப்பு. ஆனா அவ மேல ஒரு பரிதாபம் கூட ஏற்பட்டுச்சு. அந்த மானேஜர் சபல புத்தி உள்ளவன்னும், பல பெண்களை ஏமாற்றினவன்னும் கேள்விப்பட்டப்போ அய்யோ பாவமேன்னு இருந்துச்சு.”

கைகளைக் கட்டிக்கொண்டு இமைக்காமல் அவரையே பார்த்த வந்தனாவின் விழிகளில் இலேசாகக் கலக்கம் ஏற்பட்டது. அவர் தொடர்ந்தார்.

“பின்னே இல்லையா? தாரா என்னைப் பிடிக்காம அந்த மேனேஜரோட ஓடினது தப்பா இருந்தாக்கூட, அவன் கடைசிவரைக்கும் வச்சுக் காப்பாத்துவானான்னு பார்த்திருக்கக் கூடாதா? வெளியூர் அழைச்சுட்டுப் போன அவன் இவ கொண்டு போன பணமும், அவனுக்கு இவமேலே இருந்த ஆசையும் தீர்ந்துபோனதும் அம்போன்னு விட்டுட்டு வேற எங்கேயோ ஓடிட்டான்னு பின்னாலே கேள்விப்பட்டேன்.”

“அவளுக்கு வேண்டியதுதான் சார்!”

“இங்கே நான், தாரா அவ அம்மா வீட்டுக்குப் போயிருக்கிறதாப் பொய் சொல்லிச் சமாளிச்சுப் பார்த்தேன். எத்தனை நாளைக்குப் பொய்யைத் தொடர முடியும்? ‘உங்க பொண்டாட்டியை இன்னொருத்தனோட பெங்களூர்ல பார்த்தேனே’ன்னு ஒருத்தன் வந்து சொன்னான். போதாதா? ஊர் பூராத் தெரிஞ்சுபோய் எனக்கு ஏற்பட்ட அவமானம்! என் முகத்துக்கு எதிரா அனுதாப முகம் காட்டினவங்க அத்தனை பேரும் முதுகுக்குப் பின்னால சிரிச்சாங்க. கைகாமிச்சுப் பேசினாங்க. நான் மன்னார்குடியை விட்டு கைக்குழந்தையோட புறப்பட்டு மெட்ராஸ் வந்துட்டேன். இங்கே ஒரு நாடகக் கம்பெனில சேர்ந்தேன். சசிகலாவை வளர்க்கறதுக்கு

நான் பட்டபாடு ஆண்டவனுக்குத் தான் தெரியும். மெட்ராஸ்ல யார் கேட்டாலும் என் பெண்டாட்டி செத்துப் போயிட்டதாத்தான் சொல்றேன். சசிகலாவும் அப்படித்தான் நம்பிக்கிட்டிருக்கா. நடந்த உண்மைகளை எல்லாம் குழந்தைகிட்டே சொல்ல முடியுமா? சொன்னா புரியுமா? புரிஞ்சுட்டா அந்த பிஞ்சு மனசு தவிச்சுப் போய்டாதா?"

"நியாயம்தான்" என்றாள் வந்தனா. சற்று நேரம் அங்கே மௌனம் நிலவியது. "இப்பவும் அவ... பெங்களூர்லதான் இருக்காளா?"

"இல்லை, பம்பாய்ல."

"சசிகலாவைப் பார்க்கணும்னு அவளுக்குத் தோணவே இல்லையா? அதுக்கு முயற்சி எதுவும் செஞ்சாளா?"

அமைதியாகத் தலையை குறுக்கில் அசைத்தார்.

"என்ன செய்றா பம்பாய்ல?"

"சிவப்பு விளக்கு பகுதில இருக்கா."

வந்தனாவுக்கு இது மற்றும் ஓர் அதிர்ச்சியாக இருந்தது.

"ஒரு நல்ல புருஷனையும், அழகான குழந்தையையும் விட்டுட்டு ஓடினவளுக்கு இந்த நிலைமை அவசியம்தான்! இந்தத் தண்டனை தேவைதான்!"

"தாரா பம்பாய்ல இந்த நிலைமைல இருக்கிற விவரமே எனக்கு எப்படித் தெரிஞ்சுது தெரியுமா? ஒரு தமிழ் பேப்பர்ல ஞாயிறுமலர்ல, பம்பாய் சிவப்பு விளக்குப் பெண்களைப்பத்தி ஒரு கட்டுரை போட்டாங்க. அதிலே வெளியாகியிருந்த அந்தப் பகுதில பெண்களின் ஒரு க்ரூப் போட்டோவில் தாராவும் இருந்தாள்..."

பாபு அலமாரி திறந்து அந்தப் பேப்பரை எடுத்து வந்து, பக்கம் புரட்டி இவளிடம் கொடுத்தார்.

"இதையெல்லாம் எப்படி உங்களால ஜீரணம் செஞ்சிக்கிட்டு அமைதியா இருக்க முடிஞ்சது?" என்றாள்.

"அவளோட துரோகத்தைக் கண்ணால பார்த்தப்ப ஏற்பட்ட அதிர்ச்சியை விடப் பெரிய அதிர்ச்சி எதுவும் இல்லைங்க. அந்த அவமானத்தை விழுங்கினதால, பிறகு எல்லாமே மரத்துப் போச்சு. புத்தகத்தில படிச்சுட்டு என் சொந்தக்காரங்க எல்லாம் மேல மேல கேலி செய்தாங்க. அப்புறம் நான் யார் வீட்டுக்கும் போறதில்லை. எந்தக் கல்யாணத்திலேயும் கலந்துக்கிறதில்லை."

வந்தனாவுக்கு வியப்பு மேலிட்டது. இவ்வளவு பொறுமையாக ஓர் ஆண்! இதுவரை சந்தித்ததில்லை. இவ்வளவு மோசமான ஒரு பெண்! இதுவரை கேள்விப்பட்டதில்லை. காதலனை நம்பி ஊரை விட்டுப் புறப்பட்டு வந்து, அவன் ஏமாற்றிவிட, தவறான பாதையில் வழி தடுமாறின பெண்களைப் பற்றிப் படித்திருக்கிறாள். திருமணமாகி, குழந்தையும் பெற்று ஒரு குடும்பப் பெண்ணாக இருந்தவள் இப்படிக் கீழ்த்தரமாக மாறி... என்ன பெண் அவள்!

"இன்னொரு விஷயம் நான் சொல்லவே இல்லையே" என்றார் பாபு.

என்ன என்பது போல் நிமிர்ந்து பார்த்தாள்.

"இந்த லட்சணத்தில் எங்க கல்யாணம் காதல் கல்யாணம்! ஆமாங்க, நான் அவளை அவ்வளவு நேசிச்சேன். அவளும் என்னை நேசிச்ச மாதிரிதான் தெரிஞ்சது. காதலர்கள் செய்ற எல்லா பைத்தியக்கார செயல்களையும் நாங்களும் செஞ்சோம். கல்யாணத்துக்குப்பிறகு அவளை ஒரு சின்ன வேலைகூடச் செய்ய விடமாட்டேன். நான் நல்லா சமைப்பேன். அதனால் பாதி நாள் அவளை உட்காரவச்சு நான் சமைப்பேன். தண்ணி இறைக்கிறதிலேர்ந்து, பாத்திரம் கழுவறது... துணி துவைக்கிறது எல்லாம் செய்வேன். என் ஃபிரண்ட்ஸ் கிண்டல் செய்வாங்க. அதையெல்லாம் பொருட்படுத்த மாட்டேன், அவ கை நோகக் கூடாதுன்னு நான் உழைப்பேன். அவ கர்ப்பமானது உறுதியான நிமிஷத்திலேர்ந்து தூங்கறது, உக்காந்து புக்ஸ் படிக்கிறது தவிர வேறு எந்த வேலையும் செய்யவிட்டதில்லை. அவ மனசு கொஞ்சம் வருத்தப்பட்டாக் கூட என்னால தாங்க முடியாது. அப்படி ஒரு

வெறித்தனமான பாசம் அவமேல நான் வச்சிருந்தேன். ஒருவேளை அதனாலதான் அவ துரோகம் செஞ்சப்பகூட அதிகப்படியா என்னால ஆத்திரப்பட முடியலையோ என்னவோ..."

வந்தனாவுக்கு இப்போது மிகவும் தர்மசங்கடமாக ஆகிவிட்டது. அம்மா படம் எங்கே என்று ஆரம்பித்ததால் இவ்வளவையும் இவர் நினைத்துப் பார்க்க வேண்டியதாயிற்று. இனிய நினைவுகள் என்றால் பார்த்து ரசிக்கக் கூடிய நினைவுகளா இவை? மனம் சகஜ நிலைக்குத் திரும்ப எப்படியும் ஒரு வாரமாகும்.

"மன்னிச்சிடுங்க சார்! உங்க மனைவியைப் பத்தி ஆர்வமாகக் கேட்டு உங்களைப் பழசையெல்லாம் நினைச்சுப் பார்க்கவச்சிட்டேன்" என்றாள் வந்தனா.

"நீங்க கேட்டப்பவும் அவ படம் பூஜை ரூம்ல இருக்குன்னு சொல்லியிருந்தா விஷயம் அத்தோட முடிஞ்சிருக்குமே. நான் மெட்ராஸ் வந்து இத்தனை வருஷமானதில், இந்த உண்மைகளை எல்லாம் சீதாராமன்னு ஒரு நெருக்கமான நண்பன்கிட்டே சொல்லிருக்கேன். அதுக்குப்பிறகு உங்ககிட்டேதான் சொல்லியிருக்கேன்."

"கவலைப்படாதீங்க சார்! உங்களோட அந்தரங்க துக்கங்களைப் பகிர்ந்துக்கற அளவுக்கு எனக்கு மதிப்பு கொடுத்துச் சொல்லியிருக்கீங்க. அந்த நம்பிக்கையைக் காப்பாத்துவேன். என் மூலமா இதெல்லாம் யாருக்கும் போகாது."

"அதில்லை. நான் சொல்ல வந்தது அதில்லை. நீங்க வெளில சொல்லிடுவீங்களோங்கிற பயமெல்லாம் இல்லை. என் மனைவியைப்பத்தி உங்ககிட்ட இவ்வளவு விவரமாச் சொன்னதுக்குக் காரணம் இருக்கு."

"என்ன?"

பாபு உடனே பதில் சொல்லாமல் ஜன்னலில் அசையும் திரைச் சீலையை, கடிகாரத்தில் ஆடும் பெண்டுலத்தைப் பார்த்துவிட்டு, அவளை நேராகப் பார்த்தார்.

“ஆம்பளைங்க எல்லாரும் சுயநலம் பிடிச்சவங்க, பொம்பளைங்க எல்லாம் தியாகிங்கன்னு ஆவேசமாச் சொன்னிங்களே. அப்படியில்லை, பொம்பளைங்களிலேயும் சுயநலம் பிடிச்சவங்க இருக்காங்க, ஆம்பளைங்களிலேயும் பொறுமைசாலிங்க இருக்காங்கன்னு நீங்க உணரணும்னுதான் உண்மைகளைச் சொல்ல ஆரம்பிச்சேன். ஒருத்தனை நினைச்சா கடைசி வரைக்கும் அவனைப் பொம்பளைங்க மறக்கமாட்டாங்கன்னு சொல்வாங்க. என் தாரா விதிவிலக்கு. சும்மா பெருமைக்காக நான் சொல்லிக்கலை. ‘அவதான் ஓடுகாலியாய்ட்டா, கைக்குழந்தையை வச்சுக்கிட்டு ஏன் அவதிப்படறே, இரண்டாம் கல்யாணம் செய்துக்கோ’ன்னு நிறையப் பேர் சொன்னாங்க. நான் மறுத்துட்டேன். அவ துரோகம் செஞ்சாளோ, ஓடிப்போய்ச் சீரழிஞ்சாளோ... அதெல்லாம் அப்புறம். நான் நேசிச்சப்ப நல்லா இருந்தா. அது பொய் இல்லை. என்னைக் கல்யாணம் பண்ணிக்கிட்டுச் சசிகலாவைப் பெத்தவரைக்கும் உண்மையா இருந்தா. அந்தத் தாராவை என்னால மறக்க முடியலை. கல்யாணம்ங்கிறது ஒரு தடவைதான்னு நம்பறவன் நான். இன்னிக்கும் பத்து கோடி ரூபாயை வச்சு, உலக அழகியைக் கொண்டு வந்து நிறுத்தி, கல்யாணம் பண்ணிக்கச் சொன்னாலும், மாட்டேன்னுடுவேன். ஒரு மாதிரி அசடுன்னு வேணும்னாலும் என்னை நினைச்சுக்கங்க.”

“சேச்சே! அப்படியெல்லாம் நினைக்கலை சார்.”

“ஒரு பொண்ணுக்குத் தான் நேசிக்கிறவனை விட தன்னை உண்மையா நேசிக்கிற ஒருவன் தான் வாழ்க்கைத்துணையா அமையறதுக்குக் கொடுத்து வச்சிருக்கணும். எதுக்காக நான் சொல்ல வர்றேன்னா... உங்களை உண்மையா நேசிக்கிற அந்த அரவிந்தை நீங்க ஏன் குதர்க்கமாப் பார்க்கறீங்க?” என்று பாபு கேட்டதும்...

வந்தனாவுக்குச் சுருக்கென்று உள்ளே தைத்தது. அவளுக்கு இப்போது தேவைப்பட்டது மன ஆறுதல்!

——

21

அத்தியாயம்

மன ஆறுதலுக்காகத் தமது சோகக்கதையை பாபு சொல்கிறார் என்றுதான் வந்தனா நினைத்துக் கொண்டிருந்தாள். அதன் முடிவில் அரவிந்தைக் கொண்டு வந்து நிறுத்துவார் என்று எதிர்பார்க்கவில்லை.

"நீங்க கேக்கறது எனக்கு சரியாப் புரியலையே!"

பாபு மெதுவாகச் சிரித்து, "புரியலையா, இல்லை புரிஞ்சுக்க விரும்பலையா? இது முழுக்க, முழுக்க உங்க சொந்த விவகாரம். ஆனா உங்களை விட வயசிலேயும், அனுபவத்திலேயும் மூத்தவன்ங்கிற உரிமையில் கேக்கிறதா வச்சுக்கங்களேன். ஒரு தூய்மையான காதலை ஏன் வீம்பா வெறுக்கணும்?"

தன் வளையல்களை நெருடிக் கொண்டிருந்த வந்தனா சட்டென்று நிமிர்ந்தாள். "மன்னிக்கணும் சார்! அது தூய்மையான காதல்னு நீங்க எப்படி முடிவுக்கு வந்தீங்கன்னு எனக்குத்

தெரியலையே. நீங்க பேப்பர்ல வந்த செய்தியையும், அவரோட பேட்டியையும் படிச்சுட்டு மட்டும் பேசறீங்க."

பாபு அவசரமாகத் தம் தலையை மறுப்பாக அசைத்தார்.

"இல்லைங்க வந்தனா! முழுக்கத் தெரியாம ஒரு விவகாரத்தில நான் தலையிடமாட்டேன். ரேடியோ ஸ்டேஷன்ல வேலை பார்க்குதே உங்க ஃபிரண்டு கவிதா, அந்தப் பொண்ணு என்கிட்டே சகஜமா பேசும். பழகும். நடந்ததெல்லாம் அந்தப் பொண்ணு சொல்லிச்சு. அரவிந்த் படிப்படியா உங்களை அணுகினது, நீங்க வேலையை கோபமா ராஜினாமாச் செஞ்சது, இதெல்லாமும் சொல்லிச்சு. அதனாலதான் நீங்க வழக்குப் போட்டு, இப்படி வீம்பாச் செயல்படறது கொஞ்சம் அதிகப்படியான ரியாக்ஷானா எனக்குப் பட்டுச்சு. என் மனசில பட்டதால, அதுவும் தோதா சந்தர்ப்பம் வாய்ச்சதால சொன்னேன்.கொஞ்சம் முன்னாடி சொன்னீங்களே ஆம்பளைங்க அத்தனை பேரும் சுயநலம் பிடிச்சவங்க, பொம்பளைங்க எல்லாரும் தியாகிங்கன்னு... அந்தக் கண்ணோட்டம் தப்புன்னு உணர்த்தறதுக்காகத்தான் என் மனைவி பத்தி விவரமாச் சொன்னேன். அந்தக் கண்ணோட்டத்தில் நீங்க இருக்கிறதால தான் அரவிந்த்தோட செயல்கள் எல்லாம் உங்களுக்கு எதிர்மறையாவே படுதோன்னு நினைச்சுத்தான் கேட்டேன். மத்தபடி அந்த அரவிந்த் கறுப்பா, சிவப்பான்னுகூட எனக்குத் தெரியாதுங்க. நான் அத்துமீறிக் கேட்டிருந்தா ஸாரிங்க..." என்றார் பாபு.

மேற்கொண்டு என்ன பதில் சொல்வது என்று புரியாமல் சில நிமிடங்கள் தன் விரல் நகங்களையே பார்த்துக்கொண்டிருந்தாள் வந்தனா.

சசிகலா வீட்டுக்குள் ஓடி வந்து தன் அப்பாவைக் கட்டிக்கொண்டு, "அப்பா, அப்பா" என்று மூச்சிரைத்தாள்.

"என்னம்மா?" என்றார் பாபு.

"பக்கத்து வீட்டு ராஜா அவங்கப்பா, அம்மாவோட சினிமாவுக்குப் போறானாம். விளையாடினது போதும்னு என்னை அனுப்பிவெச்சிட்டான். நீயும் என்னை சினிமாவுக்கு அழைச்சிட்டுப் போப்பா."

“அப்பாவுக்குக் கையில் காயமா இருக்குதில்லே... ரெண்டு நாள் கழிச்சு அழைச்சிட்டுப் போறேன்.”

வந்தனா எழுந்துகொண்டாள். “அப்போ நான் புறப்படறேன் சார்! நல்லா ரெஸ்ட் எடுங்க. உதவிக்கு யார் இருக்கா? நான் ஏதாவது ஹெல்ப் பண்ணணுமா?”

“இல்லை, வேணாங்க. ஒரு வேலைக்காரப் பொண்ணு வரும். ஒண்ணும் பிரச்னையில்லை. என் கதையைச் சொல்லி நான்தான் போரடிச்சுட்டேன்.”

“இல்லைங்க. நிச்சயமா இல்லை. எனக்குப் புதுசா சில விஷயங்களைச் சொல்லியிருக்கீங்க. நீங்க அரவிந்த் பத்திக் கேட்டதில எனக்கு எந்த வருத்தமும் இல்லைங்க. நான் வர்றேன்ம்மா சசிகலா!”

சசிகலாவைத் தூக்கி அவள் இரண்டு கன்னங்களிலும் முத்தமிட்டு இறக்கி விட்டுவிட்டு, செருப்பணிந்து நடந்தபோது, வந்தனாவின் மனம் கனத்துப் போயிருந்தது.

கபடமின்றிக் கை வீசிச் சிரிக்கும் இந்த மழலைக்குத் தன் தாயைப் பற்றின கசப்பான செய்திகள் அறியவரும்போது எத்தனை வேதனையாக இருக்கும்?

வந்தனா சிந்தனையுடன் நடந்து பஸ் ஸ்டாப்பிற்கு வந்தாள்.

◈◈◈

அரவிந்தின் அறைக் கதவில் விரல் முட்டியால் இரண்டு முறை தட்டிவிட்டு, “நான் உள்ளே வரலாமா?” என்றான் கிருஷ்ணன்.

தனது கட்டிலில் மல்லாந்து படுத்திருந்த அரவிந்த், தலையை மட்டும் திருப்பி, அறை வாசலில் கதவைப் பாதி திறந்து பிடித்தபடி நின்ற கிருஷ்ணனைப் பார்த்தான்.

“வா” என்றான்.

கிருஷ்ணனுக்கு அரவிந்தை உற்சாகம் குன்றி, இருண்ட, முள் தாடியுடன் கூடிய முகத்துடன் பார்ப்பது இதுவே முதல் தடவை.

"அரவிந்த்! நீ அடிச்சி விரட்டினாலும் பரவாயில்லை. உன்னைப் பிடிவாதமா பார்த்துடணும்னுதான் வந்தேன். என்னடா இப்படி இருக்கே? என்னமோ ரெண்டு மாசம் ஜுரத்தில விழுந்து எழுந்திரிச்சவன் மாதிரி... என்னடா இது கோலம்?"

கிருஷ்ணன் கட்டிலில் அவன் அருகில் அமர்ந்தான்.

அரவிந்தன் முதுகுக்குப் பின்னால் ஒரு தலையணையைக் கொடுத்துச் சாய்ந்து அமர்ந்துகொண்டு "அதெல்லாம் ஒண்ணுமில்லை. ஸாரி, அன்னைக்கு இருந்த ஆத்திரத்தில் உன்னைக் கன்னாபின்னான்னு திட்டிட்டேன்." என்றான்.

கிருஷ்ணன் "வித் யுவர் பர்மிஷன்" என்று தன் சிகரெட்டைப் பற்றவைத்துக் கொண்டான். முதல் புகையை ஆழமாகச் சுவாசித்துவிட்டு, சிகரெட்டின் நெருப்பு முனையைப் பார்த்துக்கொண்டு, "ஏதோ விளையாட்டா நான் சொன்ன யோசனை இவ்வளவு தூரம் பெரிசாகும்னு நான் நினைக்கவே இல்லை. நீ திட்டினதில் நியாயம் இருக்குடா. உனக்கு அதுக்கு உரிமையும் இருக்கு" என்றான்.

"சரி விடு. தப்பு உன் பேர்ல இல்லை கிருஷ்! நீ யோசனை சொன்னப்போ, அதை நான் மறுத்திருந்தா விவகாரமே இல்லை. உள்ளே ஓர் ஓரத்தில் கிடந்த பிசாசு மனசு உடம்பை முறுக்கிக்கிட்டு எழுந்திருச்சிடுச்சு. இதே ரூம்லதானே... ச்சே! நான் தானா அவ்வளவு கேவலமா நடந்துக்கிட்டேன். இன்னும் என்னா நம்பவே முடியலை கிருஷ்."

"நீ அப்போ போதைல இருந்தே அரவிந்த்."

"அதுமட்டும் காரணமில்லை கிருஷ்! எப்படியாவது வந்தனா என் காதலை ஏத்துக்கமாட்டாளான்னு ஒருவித வெறியே இருந்தது. விடு. பழசைப் பேசறதால பிரயோஜனம் இல்லை. பரிகாரமும் இல்லை."

"பரிகாரம் தேடற அளவுக்குப் பெரிசா எதுவும் தப்பு நடந்துடலை அரவிந்த்! ஆனா நீ தப்பைத் தப்புன்னு உணர்ந்தப்பவே பாவம் சரியாப் போச்சு. அவ குடும்பத்தாரைப் பார்த்து கண்ணியமா உன் எண்ணத்தைச் சொன்னியே... அப்பவே சரியாப் போச்சு. அவங்களுக்கெல்லாம் புரிஞ்ச நியாயம் அவ ஒருத்திக்கு மட்டும் புரியலையே."

"அதான் என்னோட பேட் லக்! அவளுக்குப் புரியவைக்க முடியாததுதான் என்னோட பெரிய தோல்வி."

"அப்படியெல்லாம் இல்லை அரவிந்த்! நீதான் இதை ரொம்பப் பெரிசா எடுத்துக்கறே. ரொம்ப உணர்ச்சி வசப்படறே. விளைவுகளைப் பத்தி யோசிக்கவே மாட்டேங்கறே. நாளைக்குக் கேஸ் விசாரணைக்கு வருது. நீ சாதாரண ஆள் இல்லை. முக்கியமான புள்ளி. உனக்குக் கீழே நூத்துக்கணக்கான தொழிலாளிங்க வேலை பார்க்கறாங்க. இந்த விவகாரம் பத்திரிகை வரைக்கும் வரவே நீ விட்டிருக்கக் கூடாது. இன்னமும் நான் அந்தப் பொண்ணை நேசிக்கிறேன்னு பேட்டி வேற கொடுத்திருக்கே. உன்னோட இமேஜைப் பத்தியோ, உன் தொழில் ஸ்தாபனங்களோட இமேஜைப் பற்றியோ நீ கவலையே படற மாதிரி தெரியலை. உன்னைப் புரிஞ்சுக்கவே முடியலை."

அரவிந்த் மௌனமாக அவனைப் பார்த்தான். முடிய இருந்த கிருஷ்ணனின் சிகரெட்டை வாங்கி அருகில் இருந்த அலங்காரப் பூந்தொட்டியில் புதைத்து அதன் கடைசி புகை நூலைப் பார்த்தான்.

"உங்கண்ணன் என்கிட்டே ரொம்ப நேரம் பேசினார் அரவிந்த்! அவனுக்கென்ன பைத்தியம் பிடிச்சுப் போச்சான்னு சத்தம் போடறார். அவர் பிரமாதமான வக்கீல்களை ஏற்பாடு செய்றேன்னு உன்கிட்டே சொன்னாராம். வேணாம் நான் ஒத்துழைக்க மாட்டேன்னு சொல்லிட்டியாமே!"

"ஆமாம்."

"உன் மேலே உள்ள குற்றச்சாட்டு என்ன தெரியுமா? கற்பழிக்க முயற்சி!"

"தெரியும். நான் எதையும் மறைக்கவோ, மாற்றவோ போறதில்லை. நடந்ததை அப்படியே சொல்வேன். அதுக்கு சட்டப்படி என்ன தண்டனை உண்டோ அதை அனுபவிச்சிட்டுப் போறேன். நான் மறுத்து வாதம்பண்ண நினைச்சாத்தானே வக்கீல் வேணும்? அதனாலேதான் வக்கீல் வேணாம்னுட்டேன்."

"அரவிந்த்! அந்தப் பொண்ணு மனசு மாறிடுவான்னு ஏதாச்சும் நம்பிக்கை வச்சிருக்கியா? இல்லைன்னா ஜட்ஜை எப்படியாச்சும் சரிக்கட்டி கடைசி சமயத்திலே மாத்திடலாம்னு நினைச்சிட்டிருக்கியா? எனக்கு எதுவும் புரியலை. சாதாரண அபராதம் விதிக்கிற தண்டனை இல்லை அரவிந்த் இதுக்கு. ஜெயில் தண்டனை. மூணு வருஷம், ஐந்து வருஷம், ஏன் ஏழு வருஷம் கூடப் போடலாம்."

அரவிந்தின் முகத்தில் எந்தச் சலனமும் இல்லை.

"தெரியும் கிருஷ்! போடட்டும். எத்தனை வருஷம் வேணும்னாலும் போடட்டும். ஜெயில் வாழ்க்கையையும் தான் கொஞ்ச நாள் வாழ்ந்து பார்த்துடறது!"

"விளையாட்டாப் பேச இது நேரமா அரவிந்த்?"

"நான் விளையாட்டாப் பேசலை கிருஷ்! இவ்வளவு நேரம் நீ என்னைக் கேள்வி கேட்டே. இப்போ நான் உன்னைக் கேக்கறேன். பதில் சொல்றியா?"

"என்ன, கேளு."

அரவிந்த் ஒரு தலையணை எடுத்துத் தன் மடி மேல் வைத்துக்கொண்டு, "கிருஷ்! வந்தனா தன் பேர் எப்படி அடிபட்டாலும் பரவாயில்லை. தன்னை வரவழைச்சு அவமானப்படுத்தின எனக்கு உரிய தண்டனை கிடைக்கணும்னு நினைச்சுதானே இவ்வளவு துணிச்சலா கேஸ் போட்டிருக்கா?" என்றான்.

"ஆமாம். ஊர்ல உலகத்தில யாருக்குமே இல்லாத தன்மானம் இவளுக்கு மட்டும் பொத்துக்கிச்சு!"

"கரெக்ட்! கிருஷ்! குறிப்பா ஆரம்பித்திலேர்ந்தே அவகிட்டே என்னைக் கவர்ந்த விசேஷ அம்சமே அந்தத் தன்மானம்தான். அதிலே அவ காட்ற பிடிவாதத்தை இப்பவும் ரசிக்கிறேன். அந்தத் தன்மானம் ஜெயிக்கணும் கிருஷ்! அவ மனசு திருப்தியாகிக் குளிரணும். அதுக்காக நான் எந்தத் தண்டனைக்கும் தயாராயிட்டேன். என் தோல்வியிலதான் அவளுக்குச் சந்தோஷம்னா நான் தோத்து அந்தச் சந்தோஷத்தை அவளுக்குத் தர விரும்பறேன். அட் எனி காஸ்ட்! என் இமேஜ் அதுக்கு விலைன்னா அதையும் நான் தரத் தயாராயிட்டேன். நான் ஜெயிலுக்குப் போறதுதான் அந்த விலைன்னா அதுக்கும் தயார். அப்பவாவது நான் காமுகன் இல்லை, சதைப் பசியோட அவகிட்டே பழகலை, அவ மனசை நேசிச்சேன், நேசிக்கிறேன்னு அவ உணர்ந்தான்னா அதுபோதும். என்னோட நேசிப்பு களங்கமல்லாததுன்னு அவளை உணர வச்சிட்டேன்னா அதுதான் எனக்கு வெற்றி. அந்த வெற்றிதான் எனக்கு முக்கியம்."

தலையைக் குறுக்கில் அசைத்தான் கிருஷ்ணன். "ம்கூம். உன்னை எப்படி மாத்தறதுன்னு எனக்குப் புரியலை. உன் அனுமதி இல்லாம நான் ஒரு தடவை வந்தனாவை சந்திச்சு மனம்விட்டுப் பேசிப் புகாரை வாபஸ் வாங்கிக்கச் சொன்னேன். அவ மசியலை. எடுத்தெறிஞ்சி பேசிட்டா. இப்போ... வந்து... உங்கண்ணன் வந்தனாவைப் போய்ப் பார்த்துப் பேசிட்டு வரலாமான்னு என்னைக் கேட்கச் சொன்னார். உன் சம்மதத்தோட நான் வருவேன்னு எதிர்பார்த்து ரூமுக்கு வெளியிலே அவர் காத்துக்கிட்டிருக்கார் அரவிந்த்!"

"நோ!" என்று கத்தினான் அரவிந்த். "யாரும் போகக் கூடாது, என் பிரச்னை. இதிலே யாரும் தலையிடக்கூடாது."

"மன்னிக்கணும் சார்! இது உங்க சொந்தப் பிரச்னை மட்டுமில்லை." என்று குரல் கேட்க, இருவரும் திரும்பிப் பார்க்க, "வரலாமா சார்?" என்றபடி சில ஃபைல்களுடன், உள்ளே வந்தார் மேனேஜர்.

——

22

அத்தியாயம்

உள்ளே வந்த மேனேஜர் தமது டை முடிச்சை ஒரு கையால் சரி செய்துகொண்டார். மறுகையில் ஃபைல்கள் இரண்டை ஏந்தித் தம் மார்போடு அணைத்துக் கொண்டிருந்தார்.

“ரொம்ப முக்கியமான விஷயமா இருந்ததால் வீட்டுக்கு வந்தேன் சார். உங்க பிரதர்கூடப் பேசினேன். அவர்தான் உள்ளே போய்ப் பேசுங்கன்னு சொன்னார். தொந்தரவு செஞ்சதுக்கு ஸாரி.”

கிருஷ்ணன் மற்றொரு சிகரெட்டைக் கொளுத்திக் கொள்ள, அரவிந்த் தன் முள் தாடியை தாடைப் பகுதியில் லேசாகத் தடவிக் கொண்டே, “வந்ததும் என்னவோ சொன்னிங்களே, என்ன அது?” என்றான்.

“இது உங்க சொந்தப் பிரச்னை மட்டுமில்லைன்னு சொன்னேன். நான் சொன்னது கொஞ்சம் அதிகப்பிரசங்கித்தனம் தான், ஆனா ஆபீஸில் திடீர்னு ஏற்பட்டிருக்கிற டென்ஷன்ல கொஞ்சம் அத்துமீறிப் பேசிட்டேன். ஸாரி.”

“பரவாயில்லை. எதுக்காக அப்படிச் சொன்னிங்க?”

“கொஞ்சம் உரிமையோட மனம் திறந்து பேச எனக்கு பர்மிஷன் தருவீங்கன்னா சில விஷயங்களைச் சொல்றேன்.”

“சொல்லுங்க.”

“மிஸ். வந்தனா விவகாரம் எல்லாப் பத்திரிகைகளிலேயும் வந்துடுச்சு. நீங்களும் சந்தேகத்துக்கிடமில்லாம போட்டோக்களோட பேட்டிகள் கொடுத்துட்டீங்க. நீங்க ஒரு பெரிய நிறுவனத்தோட முதலாளிங்கிறதால வேற பலவகை பாதிப்புகள் இருக்கு. ஆபீஸ்லேயும் சரி ஃபேக்டரிலேயும் சரி தொழிலாளிங்க உங்களைப்பத்தி கிண்டலாப் பேசறாங்க. ஸாரி டு ஸே திஸ். உங்களுக்குப் பைத்தியம் பிடிச்சிருச்சுன்னுகூட கமெண்ட் அடிக்கிறாங்க.”

அரவிந்த் லேசாக முகம் சிவக்க ஆரம்பித்தான். “இதைச் சொல்லத்தான் வேலை மெனக்கெட்டு வந்தீங்களா?”

மானேஜர் மௌனமாக நின்றார்.

“நான் என் கம்பெனியைப்பத்திக் கவலைப்பட்டாத்தானே, அப்புறம் வொர்க்கர்ஸ்பத்தி, அவங்க அடிக்கிற கமெண்ட்ஸ்பத்திக் கவலைப்படறதுக்கு? எனக்கு இப்போ அதைப்பத்தியெல்லாம் அக்கறை இல்லை. யார் வேணும்னாலும் எப்படி வேணும்னாலும் பேசிக்கட்டும் ஐ டோண்ட் கேர். என் மனசுக்கு நியாயமாப்பட்டபடி பேசுவேன். நடந்துக்குவேன். யாரும் எனக்கு அட்வைஸ் பண்ணத் தேவையில்லை.”

“மன்னிக்கணும் சார். உங்ககிட்டே பர்மிஷன் கேட்டுத்தான் பர்சனலாப் பேசினேன். நான் அட்வைஸ் பண்றதுக்காக வரலை.”

“பின்னே எதுக்கு வந்தீங்க?”

“கம்பெனியைப் பத்தின சில தகவல்களை, புள்ளி விவரங்களைச் சொல்லி, ஆலோசனை கேட்டுட்டுப் போறதுக்காக வந்தேன்.”

“என்ன அது?” என்றான் அரவிந்த் வெறுப்பாக.

“பேப்பர்ல செய்தி வெளிவந்த தினத்திலேர்ந்து நம்ம கம்பெனியோட பேர்ல இருந்த மதிப்பு சரிய ஆரம்பிச்சிருக்கு சார்! ஷேர் மார்க்கெட்டில நம்ம பத்து ரூபா ஷேர் எண்பத்தி நாலு ரூபாய்

வித்தது. மளமளன்னு சரிஞ்சு முப்பத்தி ஏழு ரூபாய்க்கு வந்துடிச்சு. நேத்தும் இன்னைக்கும் நில் ட்ரான்சாக்ஷன்ஸ், ஸ்டாக் எக்ஸ்சேஞ்சு ப்ரோக்கர்ஸ் போன் மேல் போன் போட்டுத் துளைச்சி எடுக்கறாங்க. நீங்க அரெஸ்ட் ஆய்டுவிங்கன்னும், கம்பெனி நிர்வாகம் சிதறிடும்னும் பிஸ்னெஸ் மேகசின்ஸ்ல ஹேஷ்யங்கள் வந்திருக்கு. பதினேழு லட்ச ரூபாய்க்கு நாம் கேட்டிருந்த ஒரு கடனை இப்ப சேங்ஷன் பண்ணவேணாம்னு நம்ம பேங்கர்சுக்கு அவங்க ஹெட் ஆபீஸ் உத்தரவு போட்டு இவங்க அதை நிறுத்தி வச்சிட்டாங்க. பிரைவேட் ஃபனான்சியர்ஸ் போன்லயும், நேர்லயும் பேமெண்ட்ஸ் கேட்டு நெருக்க ஆரம்பிச்சிட்டாங்க. இதையெல்லாம் உங்க கவனத்துக்குக் கொண்டு வர வேண்டியது என் கடமை சார்! யார், யாருக்கு எப்படி, எப்படி பதில் சொல்லணும்னு நீங்க சொல்றீங்களோ, அப்படி சொல்லிடறேன்."

அரவிந்த் கண்கள் சிவந்தன. அவர் சொல்வதெல்லாம் உண்மை என்றாலும் அவனுக்குள் டென்ஷன் ஏகமாய் ஏறிப்போய் "கெட்லாஸ்ட் ஐ ஸே! நான் நிமிர்த்தின கம்பெனி இது, எப்படி சீரழிஞ்சாலும் எனக்குக் கவலையில்லை. ஒரு பொண்ணோட இதயத்தை ஜெயிக்க முடியலை! எது எப்படிப்போனா என்ன! எத்தனை லட்சம் போனாத்தான் என்ன? ஐ டோண்ட் கேர்! கோ அவே! என் முன்னாடி நிக்காதீங்க. முதல்ல வெளில போங்க." என்று கழுத்து நரம்புகள் புடைக்கக் கத்தினான்.

கிருஷ்ணனையும், அரவிந்தையும் மௌனமாகப் பார்த்துவிட்டு மேனேஜர் கைக்குட்டை எடுத்துத் தம் முகத்தில் துளித்த வியர்வைத் துளிர்களை ஒற்றிக்கொண்டு வெளியேறினார்.

கிருஷ்ணன் அரவிந்த் அருகில் வந்து, அவன் தோளில் கை வைத்து. "நீ இவ்வளவு கோபப்படறதில, உணர்ச்சி வசப்படறதில அர்த்தமே இல்லை. அவர் என்ன உன் எதிரியா? உண்மை நிலைமைகளைச் சொல்றார். அவரைப் போய் நீ..."

தன் தோளில் இருந்த கிருஷ்ணனின் கையைத் தட்டிவிட்டான் விருட்டென்று அரவிந்த். "எனக்கு யாரோட அட்வைசும் தேவையில்லைன்னு சொன்னது, உன்னையும் சேர்த்துத்தான்" என்றான்.

“கொஞ்சம் பொறுமையா இரு. நீ இவ்வளவு படபடப்பா இருந்ததே இல்லை. எதுவும் ஆய்டலை. எல்லாத்தையும் நிமிர்த்திடலாம். எல்லாம் சரி செஞ்சிடலாம். நீ சரின்னு ஒரு வார்த்தை சொல்லு. இந்தக் கேசை உடைக்கிறதுக்கு நூறு வக்கீல்கள் தயாரா இருக்காங்க. முதல்ல இந்தச் சட்டச் சிக்கல்லேர்ந்து நீ விடுபட்டாகணும். உன்னை நம்பி...”

கிருஷ்ணனை மேற்கொண்டு பேசவிடாமல் அவன் கையைப் பிடித்துத் தரதரவென்று அறை வாசல் கதவு வரை இழுத்து வந்து, கதவைத் திறந்து, “வெளில போகச் சொன்னதும் உன்னையும் சேர்த்துதான். லீவ் மி அலோன்.” என்று கத்தினான் அரவிந்த்.

கிருஷ்ணன் மேற்கொண்டு பேச இயலாமல் எச்சில் விழுங்கிக்கொண்டு வெளியே மௌனமாக வர... அவன் முதுக்குப் பின்னால் அறைக் கதவு படீரென்று அறைந்து சாத்தப்பட்டது.

அறைக்கு வெளியே அரவிந்த் அண்ணன் சிவராம் மூங்கில் நாற்காலில் அமைதியாக அமர்ந்திருந்தார். அருகில் கம்பெனியின் மேனேஜர் நின்று கொண்டிருந்தார். கிருஷ்ணன் தளர்வோடு சிவராம் அருகில் அமர்ந்தான்.

“என்ன சொல்றான்?” என்றார் சிவராம்.

“சொந்த அண்ணன் நீங்க சொல்லியே எடுபடாதபோது நான் மட்டும் சொல்றதா அவனுக்கு எடுபடும்? திடீர்னு சாந்தமாய்ப் பேசறான். திடீர்னு பாயறான். எனக்கு ஒண்ணும் புரியலை, ரொம்ப அபத்தமா இருக்கு அவன் பிடிவாதம். பின்விளைவுகள் எதைப்பத்தியும் கொஞ்சம்கூடக் கவலைப்படறதாத் தெரியலை. மேனேஜர் இப்ப சொன்ன விஷயங்கள் எல்லாம் எனக்கு பகீர் பகீர்ன்னு இருக்கு. ஆனா அவன் அதுக்காக அலட்டிக்கவே இல்லை. வந்தனா மனசை ஜெயிக்க முடியலையே, ஜெயிக்க முடியலையேன்னு அதே புலம்பலாப் புலம்பறான். உண்மையாச் சொல்லணும்னா... இது ஒரு வகை மனநோய் தான்.”

சிவராம் தன் கையை வீசி அவன் கருத்தை மறுத்தார்.

“மன நோயாவது, மண்ணாங்கட்டியாவது! அதெல்லாம் எதுவும் இல்லை. இது பிடிவாதம். வறட்டுப் பிடிவாதம். சின்ன வயசிலேர்ந்தே இருக்கிற பிடிவாதம்.”

“எனக்கென்னவோ ஒரு நல்ல சைக்கியாட்ரிஸ்ட்டை உடனே வரவழைச்சு அரவிந்தை தீவிரமா கவனிக்கச் சொல்லணும்னு தோணுது.”

“தம்பி கிருஷ்ணா! இப்ப நடக்கிற விஷயமாப் பேசு. அப்படியே அவனுக்கு மனசுல ஒரு டிப்ரஷன் ஏற்பட்டிருக்கிறதா வச்சிக்கிட்டாலும் அதுக்கு வைத்தியம் பார்க்க இது நேரமா? நாளைக்கு கேஸ் விசாரணைக்கு வருதுப்பா.” என்றார் சிவராம் கவலையுடன்.

“அப்ப என்னதான் சார் செய்யறது?” என்றார் மேனேஜர்.

“இப்ப நாம் பார்க்க வேண்டிய ஒரே டாக்டர் அந்தப் பொண்ணு வந்தனாதான்.” என்று எழுந்து கொண்டார் சிவராம்.

“பார்க்கக் கூடாதுன்னு கத்தறான் சார் அவன்.”

“அவன் கெடக்கறான். உனக்கு அந்தப் பொண்ணு வீடு தெரியுமா?”

“தெரியும்.”

“வா என்னோட. மேனேஜர், நீங்களும் வாங்க.” சிவராம் ஓரத்தில் வைத்திருந்த தமது வாக்கிங் ஸ்டிக்கை எடுத்துக்கொண்டு புறப்பட்டார்.

வந்தனா தனது அறையில் ஜன்னல் அருகே நாற்காலி போட்டுக்கொண்டு அமர்ந்து சுறுசுறுப்பான வாகனப் போக்குவரத்தைப் பார்த்துக் கொண்டிருந்தாள்.

பாபுவைச் சந்தித்து அவரின் மனைவி தாராவின் கதையை அறிந்து வந்த பாதிப்பு மனத்தில் அப்படியே இருந்தது. தனக்குள்ளேயே கோர்ட் நியமித்து அவளுக்காகப் பல கோணங்களில் வாதிட்டுப் பார்த்தாள். எப்படிப் பார்த்தாலும் அவள் செயலில் நியாயம் இருப்பதாகத் தெரியவில்லை. ‘ச்சே’ என்று ஓர் அருவருப்புத்தான் மிஞ்சியது.

சிவப்பு விளக்குப் பெண்கள் அத்தனை பேரின் பின்னணிக் கதைகளிலும் ஓர் ஆணின் கொடுமைதான் இருக்கும் என்று பைத்தியக்காரத்தனமாக நினைத்துக் கொண்டிருந்தேனே. சொந்தத் திமிரிலும் தன் குடும்பத்தை எட்டி உதைத்து விட்டுக்கூட வருவதுண்டு என்பது எவ்வளவு கசப்பான உண்மை!

தாரா மாதிரியான பெண்கள் இந்த உலகத்தில் இன்னும் எவ்வளவோ பேர் இருப்பார்கள் வேறு வேறு விதங்களில் ஆண்களுக்கு பாதிப்பு ஏற்படுத்திக்கொண்டு. இந்த உலகத்தை மிகச் சிறிய ஜன்னல் வழியாக நான் பார்த்துவிட்டேனா? என் வாழ்வில் எனக்கும், என்னைச் சுற்றியிருப்பவர்களுக்கும் ஏற்பட்ட அனுபவங்களை மட்டும் வைத்து ஒரு தீர்மானத்திற்கே வந்துவிட்டேனா? உலகம் மிக விசாலமானது - அதில் விசித்திர, வினோதமான குணச்சித்திரங்கள் எவ்வளவோ இருக்கும் என்பது என் புத்திக்கு மட்டுப்படாமல் போனதெப்படி? தாரா மாதிரியான பெண்களும் இந்த பூமியில் இருக்க, ஒட்டு மொத்தமாகப் பெண்கள் அத்தனை பேருமே ஆண்களால் பாதிக்கப்படுபவர்கள் என்றும், தியாககுணம் மிக்கவர்கள் என்றும் பிடிவாதக் கருத்தை மனத்தில் எழுதிக்கொண்டது எத்தனை முட்டாள்தனம்!

எது உண்மை? பெண்கள் மென்மையானவர்களாய், மேன்மை குணம் பொருந்தியவர்களாக இருக்கலாம். ஆனால் அவர்கள் மத்தியிலும் சில மோசமானவர்கள் உண்டு. அதேபோலத்தானே மற்றொரு கருத்தும். ஆண்கள் அத்தனை பேரும் ஆளுமை குணமும், அதிகாரத் திமிரும் படைத்தவர்கள் அல்லர் பொறுமைசாலிகளும் நிறையப் பேர் இருக்கிறார்கள்.

கண்ணெதிரில் உதாரணம் - பாபு! தன் மனைவி துரோகம் செய்வதை தம் கண்களால் பார்த்துவிட்ட எந்த மனிதன் நிதானம் தவறாமல் பொறுமையாக அவளுக்கு ஆறுதல் சொல்லி மன்னிக்கவும் தயாராக இருப்பான்?

அவர் கேட்டதுபோல, அரவிந்தின் அணுகுமுறைகள் என் தப்பான கண்ணோட்டத்தின் காரணமாக எனக்குள் எரிச்சலையும், வெறுப்பையும் ஏற்படுத்தியிருக்கலாம்.

ஆனால் அவரின் அன்பு ஏன் உண்மையாக இருக்கக் கூடாது?

திடீரென்று தன் தலையை அசைத்துக்கொண்டாள் வந்தனா.

சேச்சே! என்ன ஆயிற்று எனக்கு! பாபுவைச் சந்தித்துப் பேசிவிட்டு வந்ததில் இருந்து என் அடிப்படை கோட்பாடுகளே தடுமாறுகின்றனவே!

"வந்தனா" என்று உள்ளே வந்தான் கோபி.

"என்னண்ணா?"

"உன்னைப் பார்க்கறதுக்காக அரவிந்தோட அண்ணன் வந்திருக்கார். நீ உன் எண்ணத்தை மாத்திக்க வேணாம். ஆனா வயசுக்கு மரியாதை கொடுத்து, எடுத்தெறிஞ்சு பேசாம சந்திக்கிறதுதான் முறை. என்ன சொல்றார்ன்னு பொறுமையாகக் கேட்டுக்கோ. படபடன்னு பொரியாம, வாதம் எதுவும் பண்ணாம முழுசா கேட்டுக்கோ. அப்புறம் பதில் சொல்லு, வர்றியா?"

வந்தனா தன் அறையைவிட்டு வெளியே வந்தாள். ஒரு நாற்காலியில் அரவிந்த் அண்ணன் சிவராம் அமர்ந்து கோபி கொடுத்த தண்ணீரைக் குடித்துக் கொண்டிருக்க, அருகில் மேனேஜர் நின்றார். தான் வரவில்லை என்று கீழே காரிலேயே தங்கிவிட்டான் கிருஷ்ணன்.

"வணக்கம்" என்றாள் வந்தனா பொதுவாக.

கை கூப்பின சிவராம், "நான் அரவிந்தோட அண்ணன். இவர் உங்களுக்குத் தெரியும். மேனேஜர். நடந்த விஷயங்கள் ஒண்ணுவிடாம எல்லாம் எனக்குத் தெரியும். எனக்கு அம்பத்தி நாலு வயசாகுது. என் வாழ்க்கைல நான் உன்னை மாதிரி ஒரு வித்தியாசமான பொண்ணைச் சந்திச்சதில்லை. தன் பேர் ரிப்பேரானாலும் தனக்கு நடந்த கொடுமைக்கு நியாயம் கிடைச்சாகணும்னு பிடிவாதமாப் போராடறே. சந்தோஷம். ஆனா ஓர் உண்மையை நீ மறந்துட்டே. இல்லைன்னா புரிஞ்சுக்கலை." என்றார், அமைதியாக.

——

23

அத்தியாயம்

அமைதியாக முகத்தை நிமிர்த்தி அரவிந்தின் அண்ணனை 'என்ன?' என்பதுபோலப் பார்த்தாள் வந்தனா. இந்த விவகாரத்தில் எனக்கு எந்தச் சம்பந்தமும் இல்லை என்பதுபோல் சற்று தள்ளிக் கைகளைக் கட்டிக்கொண்டு நின்றிருந்தான் கோபி.

சிவராம் உணர்ச்சிவசப்படாமல் நிதானமாக, "இதோ பாரும்மா, நீ எதைப் புரிஞ்சுக்கத் தவறிட்டேன்னு சொல்றேன். முதல்ல உட்கார்." என்றார்.

வந்தனா தனியாக இருந்த நாற்காலியில் அமர்ந்தாள்.

"என் தம்பி செய்தது நியாயம்னு வாதம் செய்யறதுக்காக இங்கே நான் வரலைம்மா. நீ செய்துக்கிட்டிருக்கிறது விவேகமில்லைன்னு சொல்றதுக்காகத்தான் வந்தேன்."

"பாதிக்கப்பட்டவங்க போலீஸ்ல புகார் கொடுக்கிறது எந்த வகையில் விவேகம் இல்லாத செயல்னு எனக்கு புரியலையே?"

“ஒரு காரியம் செய்யறதுக்கு முன்னால ரொம்ப யோசிக்கணும்மா. நீ உனக்கு ஏற்படற பாதிப்புகளைப் பத்தியோ, உன் பேர் அனாவசியமா கெட்டுப் போறதைப்பத்தியோ லட்சியம் பண்றதா இல்லை. அதுவே ஒரு வீம்பான துடிப்பு. அபத்தம். இருந்தாலும் அது உன் குணம்னு விட்டுடலாம். இந்த வழக்கினால் பெரிய பாதிப்பு யாருக்குத் தெரியுமா?”

“தெரியும்! உங்க தம்பிக்குத்தான். நிச்சயமா ஜெயில் தண்டனை கிடைக்கும்.”

“உன்னை மாதிரியே அவனும் பைத்தியக்காரத்தனமா ஒரு வீம்புல இருக்கான்மா. உனக்கு அன்றைக்கு நடந்து முடிஞ்சிட்ட அந்த ஒரே ஒரு சம்பவம் மட்டும்தான் மனசுல இடறிக்கிட்டே இருக்கே தவிர... அதுக்கப்புறம் எவ்வளவு சம்பவங்கள் நடந்துடுச்சு தெரியுமா? அரவிந்த் கிட்டத்தட்ட மனநோய் வந்தவன் மாதிரி ஆயிட்டான். ஆபீசுக்கே போகலை. வழக்கு நடக்கட்டும். எனக்குத் தண்டனை கிடைக்கட்டும் அதை நான் மனப்பூர்வமா ஏத்துக்கறேன்னு பிடிவாதமா பேசறான்மா. தப்பை உணர்ந்துட்டான். உன் கோபம் நியாயம்னு உணர்றான். உன் தன்மானம் சரின்னு புரிஞ்சுக்கிறான். இந்த வழக்கில தப்புக்கான தண்டனை தனக்குக் கிடைக்கிறதைப் பத்தி அவனுக்குக் கொஞ்சமும் பயமில்லை. என்ன சொல்றான் தெரியுமா? எனக்குத் தண்டனை கிடைச்சா வந்தனா திருப்தியடைவா. அவளோட திருப்திக்காக நான் எதையும் சந்திக்கிறேன்னு சொல்றான்.”

வந்தனா மெல்லச் சிரித்து, “வசனம் நல்லாவே இருக்குன்னு சொல்லுங்க.” என்றாள்.

“ஒருத்தன் கெட்டவன்னு ரொம்ப சீக்கிரம் புரிய வைச்சுடலாம். ஆனா ஒருத்தன் நல்லவன்னு புரியவைக்கிறது ரொம்பச் சிரமம்மா. எது சொன்னாலும் ஏத்துக்கிற மனநிலைல நீ இல்லை. அரவிந்த் மேல் உள்ள வன்மம் மாறாம இருக்கே.”

வந்தனா மௌனமாகத் தன் விரல்களைப் பார்த்துக்கொண்டாள்.

“வந்தனா! ஒண்ணு கேக்கறேன். தப்பா நினைச்சுக்காதேம்மா. அரவிந்த் தனிமையிலே உன்கிட்டே தப்பா நடந்துக்க முயற்சி செஞ்சான். அதுதானே உன் ஆத்திரத்துக்கெல்லாம் அடிப்படைக் காரணம்?”

“ஆமாம்”

“வழக்குல அரவிந்துக்குத் தண்டனை கிடைச்சாச்சுன்னு வைச்சுக்கலாம். உடனே அந்தச் சம்பவம் இல்லைன்னு ஆயிடுமா? உன் மனசிலே பதிஞ்ச அந்த நிகழ்ச்சி அழிஞ்சு போயிடுமா?”

“எல்லா ஆண்களையும் போலத்தான் பேசறீங்க! வடு அழியாதுதான். அதுக்காகத் தனக்கு ஏற்பட்ட கொடுமைக்கு நீதி கேட்டு ஒரு பெண் முறையாப் போராடறது தப்பா?”

“சரி, விடும்மா. நீ வேகம் குறையாம இருக்கே. என்ன பேசினாலும், எப்படிப் பேசினாலும் எடுபடாதுன்னு நினைக்கிறேன். சின்ன நெருப்பா இருந்தால் சாக்கு போட்டு அணைச்சிடலாமுன்னு வந்தேன். நெருப்பு பெரிசா இருக்கு. எத்தனை சாக்கு போட்டாலும் அதுவும் சேர்ந்து பத்திக்கிட்டு எரியறப்ப என்ன செய்ய முடியும்?”

“இப்ப நான் என்ன செய்யணும்னு எதிர்பார்த்து வந்தீங்க?” என்றாள் வந்தனா லேசான எரிச்சலுடன்.

“அதைச் சொல்றதில் அர்த்தம் இருக்கிறதா எனக்குத் தெரியலைம்மா. ஆனாலும் சொல்லிட்டே போய்டறேன். நீ விளையாட்டா இந்த வழக்கை ஆரம்பிச்சியோ, அல்லது சீரியஸா ஆரம்பிச்சியோ? எப்படியும் வழக்கு வழக்குதான். அரவிந்த் வக்கீல் வைச்சுக்கிறதா இல்லை. சொல்லிப் பார்த்துட்டேன். கத்தறான். யாரும் அவனை நெருங்கிப் பேசற நிலைமையில் இல்லை. அவனைச் சுய இரக்கம் அணு அணுவாச் சித்திரவதை செஞ்சுக்கிட்டு இருக்கு. அதைவிடப் பெரிய தண்டனை, சட்டம் கொடுத்துட முடியாதும்மா. அவன் உணர்றதும், உருகறதும்

நாடகம்னு நீ பிடிவாதமா நம்பினா அதுக்குப் பதில் சொல்ல முடியாது. வேணும்னா நீ வந்து அவனைப் பார்க்கலாம். ஆனா நீ வரமாட்டே நான் ஏன் வரணும்னு வம்பு பேசுவே. அப்படியே வந்து பார்த்தாலும் நாடகம்னுதான் வலுக்கட்டாயமா நம்புவே. ஆனா... அவன் வாழ்க்கையே சிதைஞ்சு போயிடும்மா..." என்றபோது சிவராமின் குரல் உடைந்து போனது.

மேனேஜர் அவரைத் தொட்டு, தம் கையில் இருந்த ஃபைல்களைக் காட்டினார்.

"எது சொன்னாலும் ஏத்துக்கிறதில்லைன்னு நிக்கிற பொண்ணுகிட்டே இதைச் சொல்லி மட்டும் என்ன ஆகப் போகுது?" என்றார் விரக்தியுடன் சிவராம்.

"என்ன சார் அது?" என்றான் கோபி தூரத்திலிருந்து.

"பேப்பர்ல விஷயம் வந்ததிலேர்ந்து கம்பனியோட பேரே கெட்டுப்போச்சு தம்பி! ஷேர் மார்க்கெட்லே எங்க கம்பெனி ஷேர் படுத்துடுச்சு. கடன் தர்றதாச் சொன்ன பேங்க்ஸ் தயங்கறாங்க. கடன் கொடுத்தவங்க நெருக்கறாங்க. இந்த விவகாரத்திலே நிறுவனமே ஆட்டம் கண்டிருக்கு. இதோ பாருங்க..."

சிவராம் காட்டிய பத்திரிகைக் குறிப்புகளைக் கோபி பார்த்தான். வந்தனா அதிக சுவாரஸ்யமில்லாமல் எட்டியிருந்தே பார்த்தாள்.

"இந்தக் கம்பெனியை நம்பி நூற்றுக்கணக்கான தொழிலாளர்கள் இருக்காங்க. இந்த வழக்குல அரவிந்துக்குத் தண்டனை கிடைச்சு அவன் ஜெயிலுக்குப் போனா அவங்க வாழ்க்கை எல்லாம் கூடப் பாதிக்கும்மா." என்றார் மேனேஜர்.

"உங்க அரவிந்த் ஒரு கொலையே செஞ்சிடறார்னு வச்சிக்கங்க. அடடா, இவரை நம்பித் தொழில் நிறுவனம் இருக்கே, இவ்வளவு தொழிலாளர்கள் பாதிக்கப்படுவாங்களேன்னு சட்டம் பார்க்குமா சார்? கொலைக் குற்றத்துக்கு மரண தண்டனை விதிக்குதே சட்டம், அதுங்கிட்டே போய் உன் தண்டனையால

ஒரு பொண்ணு விதவையாகிடுவாளேன்னு கெஞ்ச முடியுமா?" என்றாள் வந்தனா.

விருட்டென்று எழுந்துகொண்டார் சிவராம்.

"வாய்யா, போகலாம். பாறை பூமியிலே பயிர் நடறத்துக்கு முயற்சி செஞ்ச நம்மைத்தான் நொந்துக்கணும்." என்றவர் கோபி பக்கம் திரும்பி, "தம்பி! ஒரு நிமிஷம் இப்படி வாங்க" என்றார்.

கோபி சிவராமிடம் வந்தான்.

"உங்க தங்கையோட பேச்சு வாதத்துக்கு நல்லா இருக்கு. ஆனா நடைமுறை வாழ்க்கைல இவ்வளவு பிடிவாதம் கூடாதுப்பா. சிரமம்! அவளுக்கும் சிரமம். மத்தவங்களுக்கும் சிரமம். இந்தப் பெண்ணைப் போய் எப்படி அவ்வளவு உருகி உருகி என் தம்பி நேசிக்கிறான்னு எனக்குப் புரியலை." என்றார் சிவராம்.

"சின்ன வயசிலேர்ந்தே அப்படித்தான் சார்! எங்கப்பா சரியில்லை சார்! அவரோட செயல்கள் இவ மனசுல பதிஞ்சு போய்... பொதுவா ஆம்பிளைங்கன்னாலே ஒரு வெறுப்பை வளர்த்துக்கிட்டா. இதை விவகாரமாக்க வேணாம், வெளிச்சத்துக்கும் கொண்டு வர வேணாம்னு நானும், எங்கம்மாவும் எவ்வளவோ சொல்லிப் பார்த்துட்டோம். கேட்கலை. ரொம்ப வற்புறுத்தினா வீட்டை விட்டு வெளியிலே போறேன்ங்கறா. பிடிவாதக்காரியா இருக்கா. நான் பேசிப் பார்க்கிறேன் சார்!" என்றான் கோபி.

"அங்கே அவனும் இதைவிடப் பெரிய பிடிவாதக்காரனா இருக்கான். விபரீதம் புரியாம உணர்ச்சிவசப்பட்டிருக்கான். மத்தவங்க வாழ்க்கைக்காக, கம்பெனி சரிஞ்சிடாம இருக்கிறதுக்காகவாவது அரவிந்த் மேல் குற்றம் நிரூபணமாகாமே வெளில வர்றது நல்லது. பெரிய வக்கீல்கள் தயாரா இருக்காங்க, இந்தக் கேசை உடைக்க. இவன் ஒத்துழைக்கணுமே அதுக்கு. நான் பேசிப் பார்க்கிறேன் அவன்கிட்டே. என்ன ஆகப் போகுதுன்னு எதுவும் புரியலை."

சிவராம் வேதனையோடு பேசிவிட்டுப் புறப்பட்டுச் சென்றதும், வந்தனா தன் அறைக்குள் சென்று கதவைத் தாழிட்டுக்கொண்டாள்.

கோபி யோசனையாய் நகர, சமையற்கட்டின் வாசலில் அமர்ந்திருந்த அம்மா, "எல்லாத்தையும் பார்த்துக்கிட்டுத்தான் இருக்கேன். எவ்வளவு பெரிய மனுஷன் வந்து எப்படிக் குறுகிப் பேசிட்டுப் போறார்? இவலட்சியம் பண்றாளா பார்த்தியா? எனக்கு வர்ற ஆத்திரத்துக்கு... இப்படி ஒரு பொட்டைக் கழுதையை ஏன்தான் பெத்தேனோன்னு இருக்கு." என்றாள்.

கோபி வந்தனாவின் அறை வாசலுக்கு வந்து கதவைத் தட்டினான். வந்தனா திறந்து, "என்ன?" என்றாள்.

கோபி கைகளைக் கட்டிக்கொண்டு, "என்ன தீர்மானிச்சே?" என்று கேட்டான்.

"எதைப் பத்தி கோபி?"

"இவ்வளவு நேரம் இங்கே கீரி - பாம்பு சண்டையா நடந்திச்சு?"

"என்ன சொல்ல வர்றே நீ...? தெளிவாச் சொல்லு கோபி!"

"நாளைக்குக் கோர்ட்லே நீ என்ன சொல்லப் போறே?"

"புகார்ல என்ன சொன்னேனோ, அதைத்தான்."

"முடிவு பண்ணிட்டியா?"

"இது இன்னிக்குச் செய்த முடிவில்லையே...?"

"இவ்வளவு சொல்றதுக்கெல்லாம் மதிப்பே கொடுக்க மாட்டியா, நீ? நான் சொல்றேன். அம்மா சொல்றாங்க. பெரிய மனுஷன் வந்து சொல்றார். உனக்கு என்ன இரும்பு மனசா?"

"நான் என்ன செய்யணும்னு சொல்றே?"

"இப்பவும் எதுவும் கெட்டுப் போகலை வந்தனா! உன் பிடிவாதத்தைக் கொஞ்சம் மூட்டை கட்டி வச்சிட்டு வழக்கை வாபஸ் வாங்கிடு."

“எதுக்காக?”

“அரவிந்தைத் தண்டனையிலிருந்து காப்பாத்தறதுக்காக. நீ வாபஸ் வாங்கிட்டா வழக்கு வலுவிழந்துவிடும்.”

“எதுக்காக அரவிந்தைக் காப்பாத்தணும்?”

“முதல் பாய்ண்ட் - அவர் தப்பை உணர்ந்துட்டார். ரெண்டாவது பாய்ண்ட் - அவரை நம்பி நிறையக் குடும்பங்கள் இருக்கு.”

“அப்படின்னா யார் வேணும்னாலும் எந்தத் தப்பை வேணும்னாலும் செய்துட்டு அப்புறம் உணர்ந்துட்டாப் போதும். அப்படித்தானே? அதிலேயும் தப்பு செஞ்ச நபரை நம்பிப் பல குடும்பங்கள் இருந்தால் அவரை மன்னிச்சிடலாம்.”

“ச்சீ! எப்படித்தான் நீ ஓர் அரக்கி மாதிரி ஆனியோ?”

“அரக்கி! புதுப் பட்டமா எனக்கு? சரி வேற ஏதாவது சொல்லணுமா நீ?”

“அவனைத் தண்டிக்கிறதால உனக்கு என்ன லாபம்?”

“எல்லா செயல்லயும் தனிநபர் லாபம் பார்க்கக் கூடாது கோபி! இந்தச் சமூகத்திற்கு என்ன லாபம்னு பார்க்கணும். பொம்பளைங்க மானம் சம்பந்தப்பட்ட குற்றங்கள்னா அவங்க பேர் கெட்டுடுமேன்னு வழக்குப் போடாம மனசுக்குள்ளேயே புழுங்கிப் புழுங்கி எவ்வளவு பேர் வதைபடறாங்க! அவங்களுக்கெல்லாம் ஒரு தைரியம் வர வேணாமா? பொம்பளைதானேன்னு சீண்டிப் பார்க்கிறது இனிமே முடியாது போலிருக்கேன்னு ஆம்பளைங்க பயப்பட வேணாமா? என் வழக்கு இதுக்கெல்லாம் ஒரு ஆரம்பமா இருக்கட்டுமே?”

உதடுகள் துடிக்க ஏதோ சொல்ல வந்த கோபி, சட்டென்று திரும்பி நடந்தான் வேகமாக.

வந்தனா தன் கட்டிலில் விழுந்தாள்.

என் பிடிவாதம் எல்லாருக்கும் தப்பாகப் படுகிறதே! குட்டக் குட்டக் குனியும் பெண் சமுதாயம் ஒரு சந்தர்ப்பம் வரும்போது நிமிர நினைத்தாலும் எதையாவது சொல்லிக் குனிய வைக்கவே பார்க்கிறார்களே... வந்தனாவுக்குள் மற்றொரு வந்தனா மெல்லச் சிரித்தாள். ஓசைகள் இன்றி அவளுக்குள்ளேயே அவள் பேசிக்கொண்டாள்.

‘வந்தனா! உன் தார்மிகக் கோபம், எழுச்சி எல்லாம் சரிதான். ஆனால் ஒரு பிரச்னையை வலுவாகத் தொட்டுவிட்டோம் - தொட்டதில் இருந்து எப்படிப் பின்வாங்குவது என்கிற வீம்பு உனக்குள்ளே அதிகம். மற்றவர்கள் எடுத்துச் சொல்கிற சில நியாயங்களும், மனிதாபிமானக் கோரிக்கைகளும் உனக்குப் புரியாமல் இல்லை. என்னவோ பெண் சமுதாயத்திற்கே நீதான் தலைவி என்பது போலவும், பெண்கள் எல்லாரும் சதா கண்ணீரில் மிதப்பவர்கள் என்றும் நீயாகச் சித்திரம் வரைந்து மாட்டிக்கொண்டு அதைக் கழற்ற மறுக்கிறாய்! இப்போது என்ன முடிவு எடுக்கப் போகிறாய்?’

வந்தனாவின் நினைவில் நிழலாடியது நீதிமன்றம்!

———

24

அத்தியாயம்

நீதிமன்றம்.

கட்டடத்தைச் சுற்றி இருந்த மர நிழல்களில் நின்ற ஏராள மக்கள் மத்தியில், அங்கங்கே அரவிந்த் நிறுவனத் தொழிலாளிகளும் நிறையப் பேர் வந்திருந்தார்கள்.

நீதிமன்றத்தில் பார்வையாளர்கள் பகுதியில் கோபியும், சிவராமும் அமர்ந்திருக்க, ஓரமாய் இருந்த ஒரு பெஞ்சில் வந்தனா கைகளைக் கட்டிக்கொண்டு அமர்ந்திருப்பதை அத்தனை ஜோடிக் கண்களும் நிமிடத்திற்கொரு முறை பார்த்துப் பார்த்து விலகின.

நீதிபதி சில வழக்குகளை ஒத்திப்போட்டுவிட்டு இந்த வழக்கிற்கு வந்து, பெயர் அழைக்கப்பட்ட பிறகு அரவிந்த் குற்றவாளிக் கூண்டில் நிறுத்தப்பட்டான்.

அரவிந்த் முகத்தைப் பார்த்த வந்தனாவிற்கு லேசான அதிர்ச்சியாக இருந்தது.

அரவிந்த் ஒருமுறை அவளைப் பார்க்க அவசரமாகத் தன் பார்வையை நகர்த்திக்கொண்டாள் வந்தனா.

அரசாங்க வக்கீலின் முதுகு, மிக அகலமாக அகன்ற மார்பை உணர்த்துவதாக இருந்தது.

நீதிபதி தண்ணீர் கிளாஸ் எடுத்துக் கொஞ்சம் குடித்துவிட்டு வைத்துவிட்டு, கைக்குட்டையால் நளினமாகத் தம் உதடுகளை ஒற்றிக்கொண்டு, அரசாங்க வக்கீலிடம் இந்த வழக்கின் சுருக்கத்தை உரைக்கச் சொன்னதும், அவர் இலேசாகச் செருமிக்கொண்டார்.

“கனம் நீதிபதி அவர்களே...! இவர் தொழிலதிபர் அரவிந்த். இவரிடம் இவர் அலுவலகத்தில் வேலை பார்த்த பெண் வந்தனா திருமணமாகாதவர். சம்பவதினத்தன்று வேலையை ராஜினாமா செய்திருந்த வந்தனாவை இவர் பொய்யான ஒரு காரணம் கூறித் தமது வீட்டிற்கு வரவழைத்திருக்கிறார். இவர் வார்த்தையை நம்பி வந்த வந்தனாவைத் தவறான நோக்கத்தோடு கட்டியணைத்து முத்தமிட்டுப் பலவந்தப்படுத்த முயன்றிருக்கிறார். யதேச்சையாக அங்கே வந்த வந்தனாவின் அண்ணன் மயக்கத்தில் இருந்த வந்தனாவை அவசர சிகிச்சைக்காக ஒரு தனியார் ஆஸ்பத்திரியில் சேர்த்தார். உணர்வு திரும்பிய பிறகு வந்தனா புகார் கொடுத்ததன் பேரில் அரவிந்த் கைது செய்யப்பட்டு, பிறகு ஜாமீனில் விடப்பட்டு, இந்த வழக்கு தொடரப்பட்டுள்ளது. இந்தக் குற்றச்சாட்டை வழக்கின் விரிவான விசாரணைகளில் சாட்சிகள் மற்றும் ஆதாரங்களோடு நிரூபிக்க இருக்கிறேன்.”

நீதிபதி தமது வழுக்கைத் தலையை இடக்கையால் ஒருமுறை லேசாகத் தடவி விட்டுக்கொண்டு நிமிர்ந்து அரவிந்தைப் பார்த்தார்.

“அரவிந்த்! வக்கீல் சொன்னதைக் கேட்டீங்களா? உங்க மேலே சொன்ன குற்றச்சாட்டைப் பத்தி என்ன சொல்றீங்க?”

உதடுகள் துடிக்க, ஈரக் கண்களுடன் ஒருமுறை வந்தனாவைப் பார்த்துவிட்டு, நீதிபதியைப் பார்த்தான்.

“சொன்ன நிகழ்ச்சி உண்மைதான் சார்! ஆனா நோக்கம் தப்பு. நான் வந்தனாவை உயிருக்குயிரா நேசிச்சேன். இப்பவும் நேசிக்கிறேன். ஆனா அதை அவங்க புரிஞ்சுக்கலை. மனம்விட்டுப் பேசிப் புரியவைக்கிறதுக்காகத் தான் நான் வரவழைச்சேன். அந்தச் சமயம் நான் குடிச்சிருந்ததினால என் நிலை இழந்திருந்தேன். அதனாலே கொஞ்சம் அத்துமீறிட்டேன். ஆனா பலவந்தப்படுத்தற நோக்கத்திலே இல்லை, என் காதலைப் புரியவைக்கணும்ங்கிற நோக்கத்திலதான். ஆனா, சட்டப்படி அது தப்புத்தான்னு ஒப்புக்கிறேன். நான் செய்தது சரின்னு சொல்லத் தயாரில்லை.”

“உங்களுக்காக வாதாடப் போற வக்கீல் யாரு?”

“யாருமில்லை சார்! நான் எந்த வக்கீலையும் நியமிக்கலை.”

“ஏன்?”

“நான் நடந்துக்கிட்டதுக்கான நோக்கம் எனக்கு நியாயமா இருக்கலாம். ஆனா சட்டப்படி தப்புத்தான். அதை வக்கீல் வச்சு வாதம் செஞ்சு மாத்த விரும்பலை.”

“வக்கீலை நியமிச்சுக்கிறதுக்கு உங்களுக்கு உரிமை இருக்கு. நீங்க விரும்பினா உங்களுககு அவகாசம் தந்து வழக்கை ஒத்திவைக்க முடியும்.”

“வேணாம் சார்! அந்த உரிமையை நான் பயன்படுத்தலை.”

“உங்க செயலோட சூழ்நிலை நோக்கத்தைத் தெளிவுபடுத்தறதுக்காகவாவது உங்களுக்கு ஒரு வக்கீல் தேவைப்படலாம். விரும்பினா அரசாங்கமே உங்களுக்கு வக்கீல் நியமிக்கிற வாய்ப்புகூட இருக்கு.”

“மன்னிக்கணும் சார்! அந்த வாய்ப்பை எல்லாம் நான் பயன்படுத்த விரும்பலை. இப்ப சொன்னதுதான் என் விளக்கம். மத்தபடி அது குற்றம்தான்னு நான் ஒப்புக்கறேன். சட்டப்படி என்ன தண்டனை உண்டோ அதை ஏத்துக்கத் தயாரா இருக்கேன்.”

நீதிபதி பெருமூச்சு விட்டு, பப்ளிக் பிராசிகியூட்டரைப் பார்த்து, "கொஞ்சம் விசித்திரமாத்தான் இருக்கு." என்று ஆங்கிலத்தில் முணுமுணுத்தார்.

"அந்தப் பொண்ணு வந்தனா வந்திருக்காங்களா?"

"ஆமாம் சார்!"

"அவங்க கருத்தைக் கேட்டுடறேன். அதுக்கப்புறம் முறையா நீங்க வழக்கு விசாரணையை ஆரம்பிக்கலாம்."

வந்தனா அழைக்கப்பட்டு, எழுந்து முந்தானையைச் சரிசெய்து கொண்டு நடந்து விசாரணைக் கூண்டுக்குள் வந்து நின்றாள்.

நீதிபதி அவளைச் சில விநாடிகள் பார்த்துவிட்டு, "வந்தனா! போலீசுக்கு நீங்கள் கொடுத்த குற்றச்சாட்டின் அடிப்படையில்தான் இந்த வழக்கு நகரணும். அந்த குற்றச்சாட்டை ஒரு தடவை வாய்மொழியாக இங்கே சொல்லிடுங்க" என்றார்.

வந்தனா சில வினாடிகள் மௌனமாக இருந்துவிட்டு எச்சில் விழுங்கினாள். தயங்கினாள்.

"என்னம்மா? எதுவா இருந்தாலும் தயங்காமச் சொல்லுங்க."

"வந்து... நான் சில உண்மைகளைச் சொல்லிடறேன். அரவிந்த் அலுவலகத்திலே வேலை பார்த்த என்னைக் கூப்பிட்டு என்னை நேசிக்கிறதாச் சொன்னார். எனக்கு அந்த எண்ணம் இல்லை. அதனால் வேலையை ராஜினாமாச் செய்துட்டேன். சம்பவ தினத்திலே என்னை போன் செய்து வரவழைச்சப்போ அரவிந்த் குடிச்சிருந்தார். ஆனா குடிபோதையிலேயும் நிதானமாத்தான் இருந்தார். தம் காதலை மறுபடி சொன்னார். தன்னை ஏத்துக்கச் சொல்லி வற்புறுத்திப் பேசினார். இதுக்குத்தான் என்னை இந்த ராத்திரில கூப்பிட்டி அனுப்பினாரான்னு எனக்குப் கோபமா வந்துச்சு. விருட்டுன்னு ரொம்பவும் ஆத்திரமா புறப்பட்டு வெளியேறினேன். பொய்யா இவர் மேலே புகார் கொடுக்கணும்னு எனக்கு ஒரு கோபம் ஏற்பட்டதால நான் போலீஸ் ஸ்டேஷன் வந்து என்னை

பலவந்தப்படுத்த முயற்சி செஞ்சதாப் புகார் கொடுத்துட்டேன். ஆனா அவர் என்னிடம் முரட்டுத்தனமா தம் காதலைப் பத்திப் பேசினாரே தவிர, என்னைத் தொடவே இல்லை."

கோர்ட் மொத்தமும் அதிர்ச்சியடைந்தது.

அரவிந்த் எதுவும் புரியாமல் திகைப்புடன் அவளைப் பார்த்தான். சிவராம், கோபி முகங்கள் பிரகாசமாகி ஒருவரை ஒருவர் பார்த்துக்கொண்டனர்.

"நீதிபதி அவர்களே! இப்படிப் பொய்யாக் குற்றச்சாட்டுக் கொடுத்து அவர் பேரைக் கெடுத்துவிட்டதற்காகவும், கோர்ட் நேரத்தை வீணடிச்சிட்டதுக்காகவும் நான் பகிரங்கமா மன்னிப்புக் கேட்டுக்கிறேன். இப்படிப் பொய்க் குற்றச்சாட்டுக் கொடுத்தது சட்டப்படி தப்புன்னா அதுக்கான தண்டனையை ஏத்துக்கறேன். என் தனிப்பட்ட ஆத்திர உணர்ச்சி காரணமா அவசரப்பட்டுச் செயல்பட்டுட்டேன்."

கோர்ட் முழுக்க சளசளத்தது. நீதிபதி 'கேவல்' எடுத்து மேஜையைத் தட்டி அமைதியை உண்டாக்க வேண்டியிருந்தது.

அதன்பிறகு நீதிபதி அவளை அரைமணி நேரம் கேள்விகள் கேட்டு பிறகு, "எடுத்துக்கொண்ட வழக்கு வந்தனாவின் திடீர் வாக்குமூலத்தால் திசைமாறியிருக்கிறது. இந்த வழக்கைக் கைவிடலாமா, வந்தனாவின் பொறுப்பற்ற செயலுக்குச் சட்டப்படி வழங்கவேண்டிய தண்டனை என்ன என்பவற்றை ஆலோசித்து முடிவு செய்ய வேண்டியிருப்பதால் இவ்வழக்கை மறு தேதிக்கு ஒத்திப் போடுகிறேன்." என்றார்.

கோர்ட் வேறு ஒரு வழக்குக்கு மாற... வந்தனா வெளியில் வந்து நடக்க... சிவராமனும், கோபியும் அவளிடம் வந்தார்கள்.

"அம்மா! நீ இப்படி மனம் மாறுவேன்னு நினைக்கவே இல்லைம்மா. ரொம்ப தேங்ஸ். என் தம்பி மேல உள்ள பழியைத் துடைக்கப்போய் இப்போ உன் மேலே ஒரு புதுப் பழி வந்துடுச்சு, பொய்க் குற்றச்சாட்டுக் கொடுத்ததா. உனக்காக

நான் வக்கீல் ஏற்பாடு பண்றேன். வெறும் அபராதம் மட்டும் தண்டனையா விதிக்கிற மாதிரி திறமையா வாதாடச் சொல்றேன். அந்த அபராதத் தொகையையும் நானே கட்டிடறேன்." என்றார் சிவராமன் நெகிழ்வோடு.

மூவருமாக நடந்து ஒரு மர நிழலுக்கு வர...

அரவிந்த் மெதுவாக நடந்து வந்தான். அவனை நிமிர்ந்து பார்த்த வந்தனா தலையை குனிந்து கொண்டாள்.

"ரொம்ப நன்றின்னு சொல்ல விரும்பலைங்க வந்தனா! ஏன் அப்படிப் பொய் சொன்னீங்க? நடந்தது உண்மைதான். நான் தண்டிக்கப்படணும்னு நீங்க விரும்பினதும் உண்மைதான். பின்னே ஏன்?" என்றான் அரவிந்த்.

சற்று மௌனமாக இருந்த வந்தனா சொன்னாள்:

"உங்களை வெறுக்க உங்க செயல்கள் மட்டும் காரணமில்லை, என் மனசில நான் வகுத்துக்கிட்ட சில இலக்கணங்களும் ஒரு காரணம். பொதுவா ஆண்கள் எல்லாரும் சந்தர்ப்பம் கிடைக்கிறப்ப எல்லாம் பெண்களை அடக்கி, ஒடுக்கி அடிமைப்படுத்த நினைக்கிறவங்கன்னு நான் அழுத்தமா நினைச்ச நினைப்புதான் என்னை உங்களோட ஒட்டவிடலை. நீங்க என்னை நேசிக்கிறதாச் சொன்னதுமே எனக்குச் சந்தேகமும், எரிச்சலும்தான் ஏற்பட்டது. அந்தச் சம்பவம் இன்னும் நெருப்பைத் தூண்டிவிட்டது. ஆனால் உங்க அன்பு அழுத்தந்திருத்தமானதுன்னு நிரூபிச்சிட்டீங்க. நிறுவனம் எப்படிப் போனாலும் சரி, உங்க பேர் எப்படிக் கெட்டுப் போனாலும் சரி, தப்புக்கான தண்டனையை அனுபவிச்சே தீர்றதுன்னு நீங்க காட்டின பிடிவாதத்துக்குப் பின்னால ஏதோ சதி இருக்கோன்னு நினைச்சேன். அந்த எண்ணம் அப்பழுக்கில்லாததுன்னு புரிஞ்சப்போ என்மனசு மாறிடுச்சு...

பொதுவாகப் பெண்கள் நிமிர்ந்து நிக்கணும், தங்கள் உரிமைகளுக்காகப் பயப்படாம போராடணும்னு தீவிரமா சிந்திக்கிறவ நான். அப்படி முறைகேடா நீங்க என்கிட்டே நடந்துக்கிட்டதும்

நான் இதை விடக்கூடாதுன்னு தீவிரமா உங்களை எதிர்த்துப் போராடினேன். ஆண்கள் சமுதாயத்தையே பூரா எதிர்க்கிறதா எனக்குள்ளே ஒரு பெருமிதமான சுகம் இருந்தது. யார் சொன்னாலும் கேக்காம என் மனசுக்கு நியாயமாப் படறபடி நடக்கிற வல்லமை எனக்கு இருந்துச்சு. ஆனால் நியாயமான காரணத்துக்காக என்னை மாத்திக்கிற வல்லமை எனக்கு இப்பத்தான் வந்திருக்கு..."

என்ன பேசுவது என்று தெரியாமல் கைகளைக் கட்டிக்கொண்டு அமைதியாக நின்றான் அரவிந்த். அவன் முகம் பூரிப்பில் சற்றுப் பெரிதாகி, உதடுகள் வார்த்தைகளுக்காகத் தவித்துக்கொண்டிருந்தன.

"ஆக... அரவிந்த் செய்த தப்புக்கு என்ன தண்டனை கிடைச்சாலும் அதை அனுபவிக்கத் தயாரா இருந்தார்ங்கிறதை முழுமனசோட இப்பவாவது நம்புறியா?" என்றான் கோபி.

மௌனமாகத் தலையசைத்தாள்.

"ஆக... அரவிந்த் கோர்ட்ல சொன்னாரே, உன்னை உயிருக்குயிரா இப்பவும் நேசிக்கிறதா, அதையும் முழுமனசோட இப்பவாவது நம்புறியா?"

மௌனமாக நின்ற வந்தனாவின் தலை மிக மெதுவாக அசைந்து, அவள் நிமிர்ந்தபோது உதடுகளில் கீற்றாக ஒரு புன்னகை படர்ந்தது; கண்களில் பனித்திரை.

"நீ வெட்கப்பட்டுச் சத்தியமா நான் இப்பதான் முதல் முறையாப் பார்க்கிறேன், வந்தனா! கங்கிராஜுலேஷன்ஸ் சார்." என்று அரவிந்தின் கையைப் பற்றிக் குலுக்கினான் கோபி.

முற்றும்

www.ingramcontent.com/pod-product-compliance
Lightning Source LLC
LaVergne TN
LVHW100257051026
849517LV00006B/2117
* 9 7 8 9 3 9 5 1 6 6 0 8 9 *